इंजिनिअरिंग ड्रॉइंग & वर्कशॉप कॅलक्युलेशन सायन्स मराठी MCQ

मनोज डोळे

डिजिटायझेशन ही काळाची गरज आहे. भविष्यात, प्रशिक्षण अधिक सोयीस्कर आणि सोपे करण्यासाठी औद्योगिक प्रशिक्षण संस्थांमध्ये ऑनलाइन इंटरनेट वापरून प्रशिक्षण घेणे आवश्यक आहे. MCQ प्रश्नांचा संच असलेली ई-पुस्तके प्रशिक्षणार्थींना उपलब्ध करून दिली जातील कारण त्यांना त्यांच्या औद्योगिक प्रशिक्षण संस्थांमध्ये होणाऱ्या ऑनलाइन परीक्षांच्या तयारीसाठी MCQ प्रश्नांची अधिक सवय होणे आवश्यक आहे.

या सर्व बाबी लक्षात घेऊन श्री.मनोज मधुकर डोळे प्रशिक्षक, औद्योगिक प्रशिक्षण संस्था, सातारा यांनी नवीन वार्षिक प्रणाली आणि NSQF-5 अभ्यासक्रमानुसार पुस्तके लिहिली आहेत. आणि त्यांनी प्रशिक्षण सुलभ करण्यासाठी सैद्धांतिक मोबाइल ॲप्स आणि ब्लॉग तयार केले आहेत आणि हे सर्व शैक्षणिक साहित्य जगप्रसिद्ध Google Play Store, Amazon आणि Apple Book Store वर डाउनलोड करण्यासाठी उपलब्ध केले आहे.

पुस्तकांचे प्रकाशन माननीय सहसंचालक श्री राजेंद्र घुमे साहेब प्रादेशिक व्यावसायिक शिक्षण व प्रशिक्षण कार्यालय, पुणे यांच्या हस्ते दिनांक 9/1/2019 रोजी करण्यात आले, यावेळी श्री प्रकाश सायगावकर साहेब प्राचार्य शासकीय औद्योगिक प्रशिक्षण संस्था औंध पुणे, श्री तुकाराम मिसाळ साहेब प्राचार्य डॉ. सरकार प्र.संस्था सातारा, श्री सचिन धुमाळ साहेब जिल्हा व्यवसाय शिक्षण व प्रशिक्षण अधिकारी सातारा, श्री यतीन पारगावकर साहेब मुख्याध्यापक गो. प्र.संस्था कोल्हापूर, श्री विकास टेके साहेब निरीक्षक व्यावसायिक शिक्षण व प्रशिक्षण क्षेत्रीय कार्यालय पुणे, पालेकर फूड्स प्रॉडक्ट्स प्रा. लि.चे सातारा येथील उद्योजक अध्यक्ष श्री.नीळकंठराव पालेकर साहेब, हिरा फूड्स चे चेअरमन श्री.इब्राहिम बाबा तांबोळी साहेब, सौ.शाल्मली पवार मुख्याध्यापिका शासकीय तंत्रनिकेतन केंद्र सातारा व इतर मान्यवर यावेळी उपस्थित होते.

अनुक्रमणिका

प्रस्तावना

इंजिनिअरिंग ड्रॉइंग वर्कशॉप कॅलक्युलेशन सायन्स मराठी MCQ हे ITI अभियांत्रिकी रेखाचित्र आणि कार्यशाळा गणना आणि विज्ञान विषयासाठी एक साधे पुस्तक आहे, 2022 मध्ये सुधारित NSQ F अभ्यासक्रम, त्यात अधोरेखित आणि ठळक अचूक उत्तरे असलेले वस्तुनिष्ठ प्रश्न समाविष्ट आहेत MCQ सर्व विषयांसह नवीनतम आणि सर्व विषयांचा समावेश आहे. ड्रॉइंग इन्स्ट्रुमेंट्सचा वापर करून भौमितिक आकृत्यांबद्दल महत्त्वाचे, योग्य प्रमाणात मशीनच्या घटकांचे मुक्तहस्ते रेखाचित्र, बीआयएस मानकानुसार ड्रॉइंग शीट तयार करण्याची प्रक्रिया, प्रोजेक्शन पद्धती, सहायक दृश्ये आणि विभाग दृश्ये शिकणे. लेटरिंग, सहिष्णुता, मेट्रिक बांधकाम, तांत्रिक रेखाटन आणि ऑर्थोग्राफिक प्रोजेक्शन, आयसोमेट्रिक ड्रॉइंग, तिरकस आणि दृष्टीकोन प्रोजेक्शन, फास्टनर्स, वेल्ड्स आणि लॉकिंग डिव्हाइसेस, संबंधित व्यापारांवर प्रशिक्षण उदा. हँड टूल्स, फिटर, टर्नर, मशिनिस्ट, शीट मेटल वर्कर, वेल्डर, फाऊंड्री मॅन, इलेक्ट्रीशियन आणि मेंटेनन्स मोटार वाहने.

कार्यशाळेची गणना आणि विज्ञानामध्ये एकक, अपूर्णांक, वर्गमूळ , गुणोत्तर आणि प्रमाण, गुणोत्तर आणि प्रमाण, भौतिक विज्ञान, वस्तुमान, वजन आणि घनता, गती आणि वेग, कार्य, शक्ती आणि ऊर्जा, बीजगणित, परिमाण, त्रिकोणमिती, उष्णता आणि तापमान, मूलभूत विद्युत , लीव्हर्स आणि साधी यंत्रे, भौमितिक बांधकाम आणि प्रमेय, कट-आउट नियमित आणि अनियमित पृष्ठभागांचे क्षेत्रफळ, कट-आउट सॉलिड्सची मात्रा, सामग्रीचे वजन आणि किंमत, बलांची व्याख्या, थर्मल चालकता, सरासरी वेग, आलेख, गुरुत्वाकर्षण केंद्र, उष्णता उपचार , दबाव संकल्पना आणि बरेच काही.

आम्ही प्रत्येक नवीन आवृत्तीसह नवीन प्रश्नांची उत्तरे जोडतो. कृपया काही त्रुटी/ वगळल्यास आम्हाला ईमेल करा. सर्व अभियांत्रिकी बहुपर्यायी प्रश्न आणि उत्तरांसाठी हे निर्विवादपणे सर्वात मोठे आणि सर्वोत्तम ई-पुस्तक आहे.

विद्यार्थी म्हणून तुम्ही ते तुमच्या परीक्षेच्या तयारीसाठी वापरू शकता. हे ई-पुस्तक प्राध्यापकांना साहित्य रीफ्रेश करण्यासाठी देखील उपयुक्त आहे.

नांदी, प्रस्तावना

21 व्या शतकातील औद्योगिक क्षेत्रातील वेगाने वाढणाऱ्या मागणीच्या अनुषंगाने बहु-कुशल कारागीरांचा पुरवठा करण्यासाठी व्यवसाय शिक्षण आणि व्यवसाय प्रॅक्टिकल विभागामार्फत व्यावसायिक शिक्षण आणि प्रशिक्षण विभागामार्फत व्यावसायिक शिक्षण आणि प्रशिक्षण दिले जाते. संस्थांमधील सर्व व्यवसाय महत्त्वाचे आहेत, कारण या व्यवसायांतील प्रशिक्षणार्थी उद्योगाच्या मागणीनुसार बहु-कौशल्ये विकसित करतात.

औद्योगिक क्षेत्रातील सर्व उद्योगांमधील सर्व परीक्षा ऑनलाइन घेतल्या जातात आणि त्यामध्ये MCQ पद्धतीच्या प्रश्नांचा समावेश होतो हे लक्षात घेऊन सर्व व्यवसायांसाठी योग्य MCQ ई-पुस्तके उपलब्ध करून देण्याच्या उदात्त हेतूने. श्री.मनोज मधुकर डोळे यांनी नवीन वार्षिक अभ्यासक्रमानुसार MCQ पद्धतीवर खूप चांगले ई-बुक लिहिले आहे. हे ई-बुक सर्व प्रशिक्षणार्थी, प्रशिक्षणार्थी उमेदवार, प्रशिक्षण प्रशिक्षक आणि संबंधित इतरांसाठी निश्चितच मार्गदर्शक ठरेल.

पुस्तकाचे लेखक श्री.मनोज मधुकर डोळे आहेत, इन्स्ट्रक्टर गव्हर्नमेंट ITI सातारा यांना 17 वर्षांचा प्रशिक्षणाचा अनुभव आहे. नवीन वार्षिक पॅटर्न म्हणून लिहिलेल्या, या ई-बुकमध्ये प्रत्येक विषयासाठी मांडणी, सोपी भाषा आणि सोपी वाक्यरचना, आकृती आणि व्हिडिओ समजून घेण्यासाठी आधुनिक डिजिटल QR कोड तंत्रज्ञान समाविष्ट केले आहे. त्यामुळे सखोल अभ्यास आणि परीक्षेच्या सरावासाठी हे ई-बुक नक्कीच उपयोगी पडेल याची मला खात्री आहे. त्यांनी केलेले काम नक्कीच कौतुकास्पद आहे.

श्री तुकाराम मिसाळ

प्राचार्य शासकीय औद्योगिक प्रशिक्षण संस्था सातारा.

ऋणनिर्देश, पावती

DGET नवी दिल्ली आणि CSTARI कोलकाता ऑगस्ट 2018 च्या सत्रापासून ITI मधील सर्व व्यवसायांसाठी वार्षिक पॅटर्न लागू करत आहेत. परीक्षा पद्धतीतही बदल करण्यात येणार असून या वर्षीपासून ती ऑनलाइन होणार असून सर्व प्रश्न वस्तुनिष्ठ स्वरूपाचे (MCQ) असल्याने प्रशिक्षणार्थींना सखोल अभ्यासाची नितांत गरज आहे. हे लक्षात घेऊन जुन्या NIMI पॅटर्नवर आधारित पुस्तके आणि नवीन वार्षिक पॅटर्नचे संपूर्ण विहंगावलोकन सादर करताना आम्हाला आनंद होत आहे आणि आम्हाला आशा आहे की ही पुस्तके सर्व व्यवसाय संचालक आणि प्रशिक्षणार्थींसाठी मार्गदर्शक ठरतील. आहे.

ही पुस्तके लिहिल्याबद्दल जोहर आवटे साहेब, ITI अकलूजचे प्राचार्य. ITI सातारा चे माजी प्राचार्य सायगावकर साहेब, सहाय्यक संचालक श्री चंद्रकांत ढेकणे साहेब व्यवसाय शिक्षण व प्रशिक्षण प्रादेशिक कार्यालय, पुणे, जिल्हा व्यवसाय शिक्षण व प्रशिक्षण अधिकारी सचिन धुमाळ साहेब व मुख्याध्यापिका शासकीय तंत्रनिकेतन केंद्र शाल्मली पवार मॅडम व मुलगा अधिराज डोळे, आई कुसुम डोळे. , माझे वडील मधुकर डोळे आणि पत्नी अश्विनी डोळे यांनी वेळोवेळी केलेल्या विशेष मार्गदर्शन व सहकार्याबद्दल मी त्यांचा मनःपूर्वक आभारी आहे.

तसेच अतिशय कमी कालावधीत पुस्तक प्रकाशित करण्यात अमूल्य वेळ दिल्याबद्दल श्री राजेंद्र घुमे साहेब, सहसंचालक, व्यवसाय शिक्षण व प्रशिक्षण प्रादेशिक कार्यालय, पुणे यांनी पुस्तकाचे पुनरावलोकन केले. त्यांच्या अभिप्रायाबद्दल मी मनापासून आभारी आहे.

पुस्तक लिहिण्याच्या सुरुवातीपासूनच सतत पाठबळ दिल्याबद्दल ITI सातारा च्या प्रशिक्षकांचा मी आभारी आहे.

या पुस्तकातून, ई-लर्निंगबद्दलचे माझे विचार तुमच्याशी शेअर करण्यात मी स्वतःला धन्य समजतो. हे पुस्तक परिपूर्ण आहे असा दावा मी करणार नाही, कारण परिपूर्णतेचा विचार करता हे पुस्तक एक प्रयत्न आहे आणि बाल्यावस्थेत आहे. त्यांची चाचणी आणि सूचना दिल्यास ते सुधारण्यासाठी मोलाचे ठरतील.

मनोज डोळे

दिनांक 9/1/2019

1

इंजिनिअरिंग ड्रॉइंग & वर्कशॉप कॅलक्युलेशन सायन्स मराठी MCQ e-Learning

Online Test Exam
ITI Books
CNC Course
AutoCAD CAM
JOB & Apprentice
Online Theory
Computer Course
Trading Course
Web Designing
MSCIT Course
Shopping Business
Internet Business
Remotasks Course
Online Services
Top Sportsmans
Indian Army
Freedom Fighters
Top Scientists
Social Reformers
Motivational Speaker
Top Richest People
Join WhatsApp Group
Join Facebook Group
Like Facebook Page
PAN / Adhar / Licence Passport

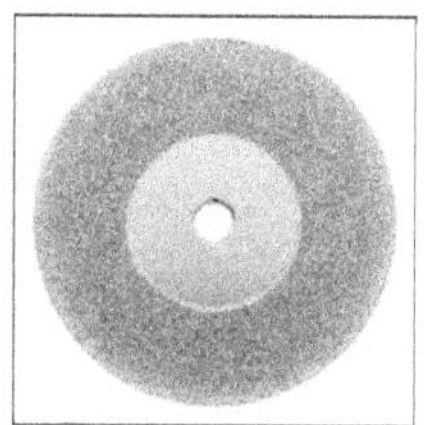

Grinding

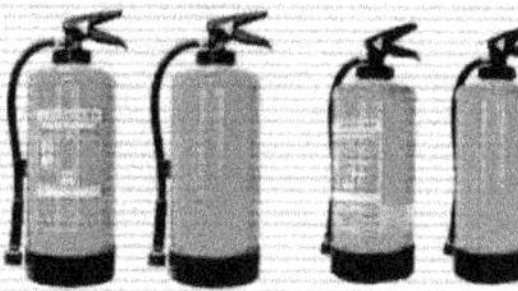

Fire extinguisher

French curve in drawing

Set square in drawing

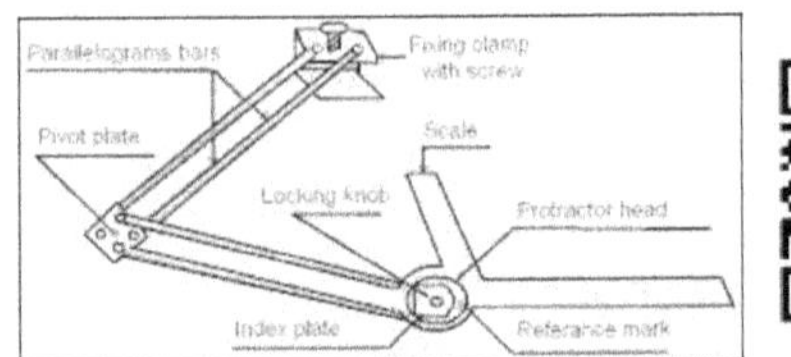

Mini drafter in drawing

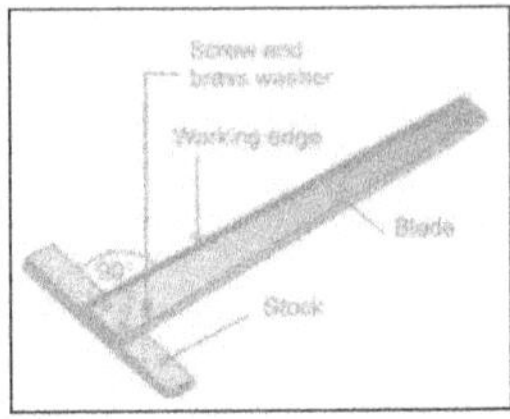

T - square in drawing

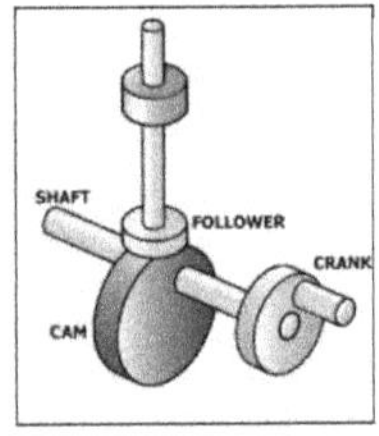

Cams in engine

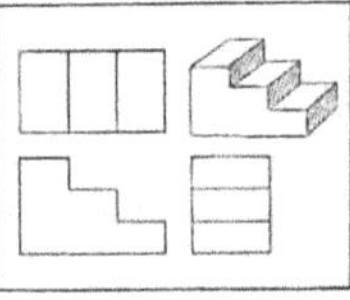

Orthographic projection in drawing

Third angle projection drawing

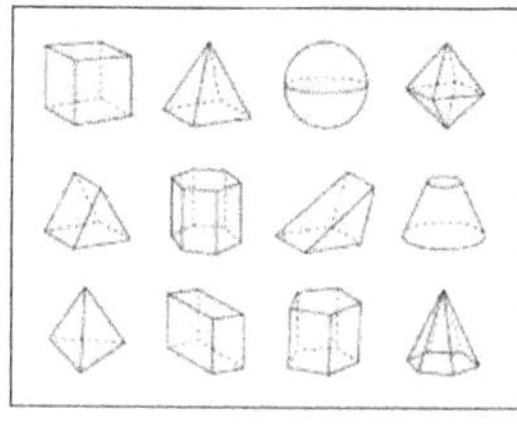

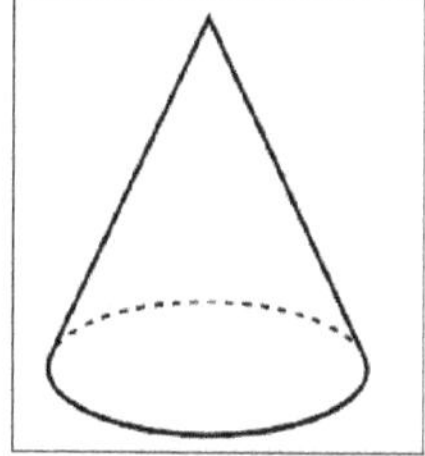

Cone in engineering drawing

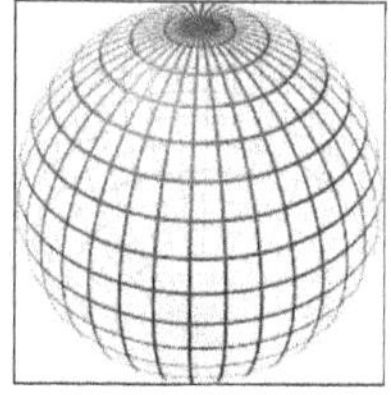

Sphere in drawing

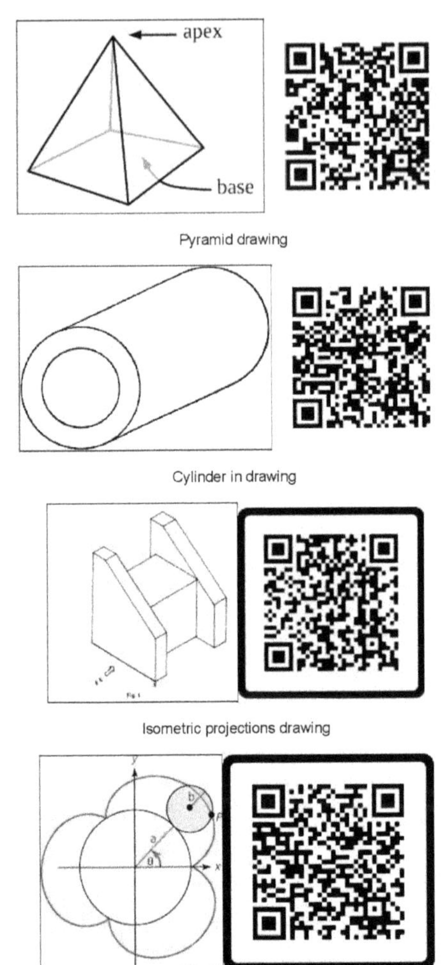

Pyramid drawing

Cylinder in drawing

Isometric projections drawing

Curves engineering drawing

Sectional views in drawing

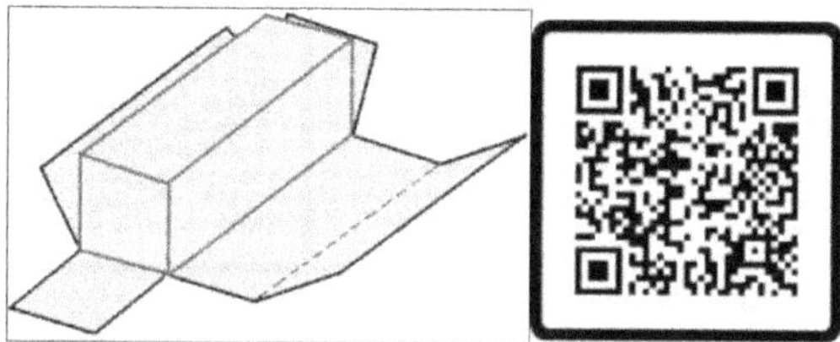

Development of surfaces in drawing

Hexagonal plane in drawing

Polyhedron in drawing

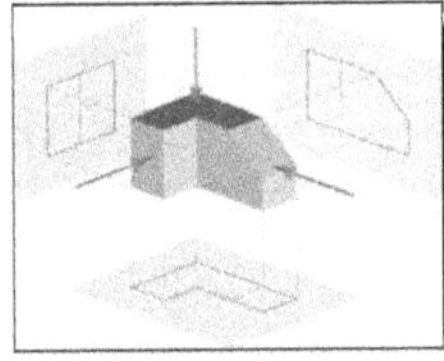

First Angle projection method in drawing

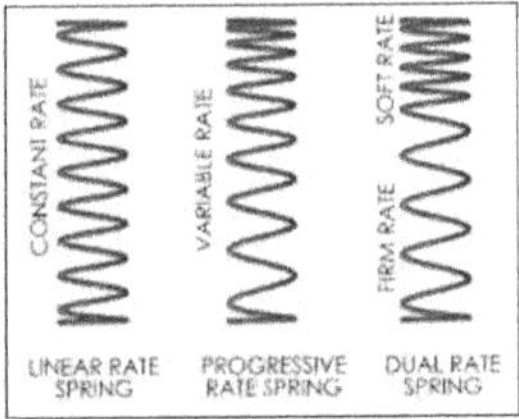

Springs in drawing

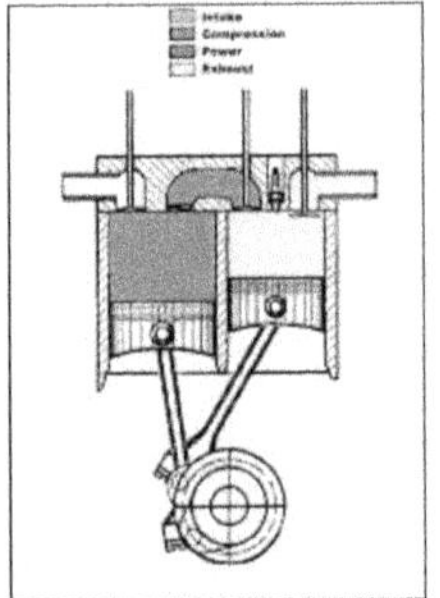

Engine in vehicle

Calliper

Hacksaw frame

Universal surface guage

Hammer

Centre punch

Bench vice

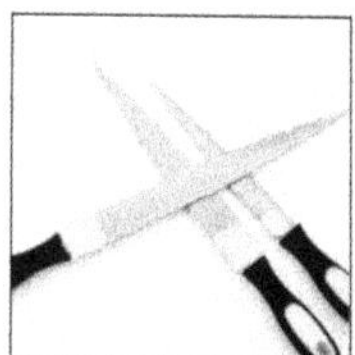

Files

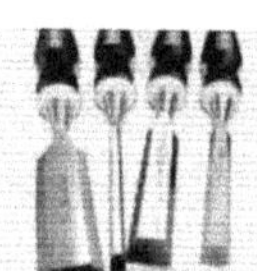

Scraper

Workshop Calculation & Science

System of units Factors and Fractions

Square Root and Percentage

Material Science

Heat and Temperature and Pressure

Basic Electricity

Trigonometry

Friction

Centre of gravity

Area of cut out regular Surfaces and Irregular surfaces

Algebra

Elasticity

Heat Treatment

Profit and Loss

2

Engineering Drawing MCQ

1] 'T' चौकोन रेषा काढण्यासाठी वापरला जातो ......

a] कललेला

b] वक्र

c] अनुलंब

ड] क्षैतिज

२] मोठ्या आकाराचे वर्तुळ काढण्यासाठी .....

a] सरळ पट्टी

b] लांबीचीपट्टी

c] मोठा बार

ड] लहान बार

3] कोन काढण्यासाठी किंवा मोजण्यासाठी ... वापरतात.

a] चौरस सेट करा

b] संरक्षक

c] 'T' चौकोन

d] यापैकी काहीही नाही

4] पेन्सिलचा दर्जा अक्षरे रेखाटण्यासाठी वापरला जातो ....

a] शंकूच्याआकाराचाबिंदू

b] छिन्नी बिंदू

c] मऊ

ड] कमी

5] एकसमान जाडीच्या पातळ रेषा काढण्यासाठी पेन्सिलला ...... च्या स्वरूपात तीक्ष्ण केली पाहिजे.

अ] छिन्नी धार

b]शंकूच्या आकाराचा

c] सूचित

d] यापैकी काहीही नाही

23] कंपासने काढता येत नसलेले वक्र काढण्यासाठी काय वापरले जाते

अ] लहान कंपास

b] फ्रेंचवक्र

c] संरक्षक

d] यापैकी काहीही नाही

french curve2

dr French curve

रेखाचित्र मध्ये फ्रेंच वक्र

24]अनावश्यक रेषा ..... द्वारे काढल्या जातात.

a] डस्टर

b] सँड पेपर ब्लॉक

c] खोडरबर

d] यापैकी काहीही नाही

25] वर्तुळ आणि चाप .....l द्वारे काढले जातात.

a] कंपास

b] दुभाजक

c] लांबीची पट्टी

d] यापैकी काहीही नाही

26] इंकिंग पेनचा वापर चित्र काढण्यासाठी केला जातो.

a] क्षैतिज रेषा

b] गोलाकार नसलेले चाप

c] उभ्या रेषा

d] <u>हेसर्व</u>

27] कार्ड बोर्ड स्केल ..... च्या संचामध्ये उपलब्ध आहेत.

अ] ७

ब] <u>८</u>

c] 6

ड] ९

28] शाळा आणि महाविद्यालयांमध्ये वापरण्यासाठी सोयीस्कर लांबीचा आकार 30 -60°-90° सेट चौरस आहे......

अ] 250

b] 200

c] 300

d] यापैकी काहीही नाही

set square

dr Set square

रेखाचित्र मध्ये चौरस सेट करा

29] ड्रॉइंग बोर्ड .... चा आकार आहे.

a] चौरस

b] आयताकृती

c] त्रिकोणी

d] यापैकी काहीही नाही

30] 'T' स्क्वेअर, सेट स्क्वेअर, स्केल प्रोट्रॅक्टरचा वापर ...... मध्ये केला जातो.

a] संरक्षक

b] मिनीड्राफ्टर

c] चौरस सेट करा

d] यापैकी काहीही नाही

mini drafter drawing2

dr Mini drafter

रेखाचित्र मध्ये मिनी ड्राफ्टर

31]या उद्देशाने चौरस सेट करा, टी चौरस कडा बेव्हल केल्या आहेत....

a] वक्र रेषा

b] <u>शाईच्याओळी</u>

b] मोजमाप घेणे

d] यापैकी काहीही नाही

t square6 dr T square

टी - रेखाचित्र मध्ये चौरस

32]भौमितिक बांधकाम जे बहुतेक समतल भूमितीवर आधारित असतात आणि जे खूप आहेत.

a] अचूकता

b] गुणवत्ता

c] <u>आवश्यक</u>

d] उत्कृष्ट गुणवत्ता

33] नियमित बहुभुज काढण्याची किती पद्धत.......

a] सर्कल पद्धत आणि चाप पद्धत शिलालेख

b] कोणताही बहुभुज काढण्यासाठी सामान्य पद्धत

c] पर्यायी पद्धत

ड] <u>हेसर्व</u>

34] AB रेषा .... समान भागांमध्ये विभागली जाऊ शकते.

अ] <u>७</u>

b] १०

c] १५

ड] ते सर्व

35] वर्तुळात त्रिकोण बांधण्याची कोणती पद्धत......

अ] <u>शिलालेख</u>

b] वर्णन करणे

c] a आणि b दोन्ही

d] यापैकी काहीही नाही

36] जेव्हा षटकोनीच्या दोन बाजू आडव्या असणे आवश्यक असते तेव्हा समान भागाकार पायरी करण्यासाठी सुरवातीचा बिंदू ..... च्या शेवटी असावा.

a] <u>क्षैतिजव्यास</u>

b] उभा व्यास

c] कलते व्यास

d] यापैकी काहीही नाही

37] षटकोनाच्या दोन बाजू उभ्या असणे आवश्यक असल्यास प्रारंभ बिंदू ... च्या शेवटी असावा.

a] कलते व्यास

b] क्षैतिज व्यास

c] <u>उभाव्यास</u>

d] यापैकी काहीही नाही

38] उजव्या वर्तुळाकार शंकूच्या आंतरभागाद्वारे शंकूच्या अक्षाच्या सापेक्ष भिन्न स्थितीत असलेल्या समतलाने प्राप्त केलेल्या विभागाला ...... म्हणतात.

अ] <u>शंकू</u>

b] मंडळे

c] त्रिकोण

ड] अर्ध वर्तुळ

39] जेव्हा सेक्शन प्लेन अक्षाकडे झुकते आणि शिखरावर एका बाजूचे सर्व जनरेटर कापते तेव्हा विभाग...... मध्ये असतो.

a] कोनिक विभाग

b] <u>लंबवृत्त</u>

c] पॅराबोला

ड] हायपरबोला

40] जेव्हा विभागाचे समतल अक्षाकडे झुकलेले असते आणि जनरेटरपैकी एकाला समांतर असते तेव्हा विभाग .... असतो.

a] लंबवृत्त

b] <u>पॅराबोला</u>

c] हायपरबोला

ड] चक्रीवादळ

41] लंबवर्तुळाकार वक्र वापरणे म्हणजे........

a] कमानी

b] धरणे आणि स्मारके

c] मॅनहोल्स, ग्रंथी आणि स्टफिंग बॉक्स

ड] <u>हेसर्व</u>

42] पॅराबॉलिक वक्र चा वापर .... आहे.

अ] पूल आणि कमानी

b] ध्वनी परावर्तक

c] प्रकाश परावर्तक

ड] <u>हेसर्व</u>

43] हायपरबोलिकल वक्र चा वापर......

a] <u>कुलिंगटॉवरआणिजलवाहिनी</u>

b] डेम्स

c] पूल

ड] हे सर्व

44] जेव्हा बिंदू वर्तुळात असतो तेव्हा वक्रला ...... म्हणतात.

अ] सुपीरियर ट्रोकॉइड

b] <u>अंतर्गतट्रॉकोइड</u>

c] ट्रोकॉइड

ड] आयसोट्रोकॉइड

45] जेव्हा बिंदू वर्तुळाच्या बाहेर असतो तेव्हा वक्र म्हणतात......

अ] आतील ट्रॉकोइड

b] <u>सुपीरियरट्रोकॉइड</u>

c] ट्रोकॉइड

ड] इन्सुपीरियर ट्रोकॉइड

46] वर्तुळाच्या परिघावरील एका बिंदूद्वारे सामान्य वक्र, जो दुसऱ्या वर्तुळावर न सरकता त्याला ...... म्हणतात.

a] <u>एपिसाइक्लोइड्स</u>

b] हायपोसायक्लोइड

c] अंतर्भूत

d] यापैकी काहीही नाही

47] जेव्हा वर्तुळ दुसऱ्या वर्तुळात फिरते तेव्हा वक्र म्हणतात.......

a] हायपोसायक्लोइड

b] एपिसाइक्लोइड्स

c] ट्रोकॉइड

ड] <u>हायपोट्रोकॉइड</u>

48] आर्कमीडियन सर्पिल वक्र चा वापर........ मध्ये केला जातो.

a] हेलिकल गियर्सचे दात प्रोफाइल

b] कॅमचे प्रोफाइल

c] <u>अआणिबदोन्ही</u>

d] यापैकी काहीही नाही

cams mmv Cam Follower

इंजिनमध्ये कॅम्स

49] कॅम्सचा मोठ्या प्रमाणावर वापर........

a] स्वयंचलित

b] छपाई यंत्रे

c] C इंजिन

ड] हेसर्व

50] स्प्रिंग इंडेक्स =

a] कॉइलचा व्यास / वायरचा व्यास

b] वायरचाव्यास/कॉइलचाव्यास

c] वायरचा सरासरी व्यास / कॉइलचा व्यास

ड] कॉइलचा सरासरी व्यास / वायरचा व्यास

51] विक्षिप्तपणा =

a] फोकसपासूनबिंदूचेअंतर / डायरेक्टिक्सपासूनबिंदूचेअंतर

b] बिंदूपासून फोकसचे अंतर / पासून बिंदूचे अंतर

c] फोकसपासून बिंदूचे अंतर / बिंदूच्या डायरेक्टिक्सचे अंतर

d] डायरेक्टिक्सपासून बिंदूचे अंतर / फोकसपासून बिंदूचे अंतर

52] गणितीयदृष्ट्या लंबवर्तुळाचे वर्णन समीकरणाद्वारे केले जाऊ शकते.

a] $a^2 / X^2 + y^2 / b^2 = 1$

b] $x^2 / a^2 + y^2 / b^2$

c] $x^2 / a^2 + y^2 / b^2 = 0$

d] $x^2 / a^2 + y^2 / b^2 = 1$

53] गणितीयदृष्ट्या पॅराबोलाचे वर्णन समीकरणाद्वारे केले जाऊ शकते......

a] $y^2 = 4ax$

b] $x^2 = 2ay$

c] $x^2 = 4ay$

d] अआणिबदोन्ही

54] गणितीयदृष्ट्या हायपरबोलाचे वर्णन समीकरणाद्वारे केले जाऊ शकते.......

a] $x^2 / a^2 - y^2 / b^2 = 1$

b] $x^2 / y^2 - y^2 / x^2 = 0$

c] अ आणि ब दोन्ही

d] यापैकी काहीही नाही

55] सायक्लॉइडचे वर्णन समीकरणाद्वारे केले जाऊ शकते......

a] $y = a(1-\cos Ø]$

b] $x = a(Ø - \sin Ø]$

c] अआणिबदोन्ही

d] यापैकी काहीही नाही

56] गणितीयदृष्ट्या प्रस्तुत हायपोसायक्लोइड आहे.....

a] $Y = a \cos^3 Ø, X = a \sin^3 Ø$

b] $X = a \sin^3 Ø, Y = a \cos^3 Ø$

c] $X = a \cos^3 Ø, Y = a \sin^3 Ø$

d] यापैकी काहीही नाही

57] involute द्वारे गणितीय रीतीने दर्शविले जाते

a] X = r sin Ø - r Ø cos Ø, Y = r cos + r Ø पाप Ø

b] X = r sin Ø + r cos Ø, Y = r cos Ø – r Ø sin Ø

c] Y = r Ø cos Ø – r sin Ø, X = r sin Ø – r Ø cos Ø

d] X = r cos Ø + r Ø sin Ø, Y =r sin Ø - r Ø cos Ø

58] वस्तूपासून विमानापर्यंतच्या रेषांना ...... म्हणतात.

a] प्रक्षेपण

b] प्रोजेक्टर

c] संदर्भ विमान

d] यापैकी काहीही नाही

59] ऑर्थोग्राफिक प्रोजेक्शन एखाद्या वस्तूचे परस्पर लंब प्रक्षेपण रेषांवर दृश्याद्वारे दर्शविले जाते

अ] दोनकिंवातीन

b] तीन किंवा दोन

c] तीन किंवा चार

d] यापैकी काहीही नाही

60] जेव्हा प्रक्षेपक एकमेकांना समांतर आणि विमानाला लंब असतात तेव्हा प्रक्षेपण म्हणतात......

अ] आयसोमेट्रिक प्रोजेक्शन

b] तिरकस प्रक्षेपण

c] ऑर्थोग्राफिकप्रोजेक्शन

ड] दृष्टीकोन प्रक्षेपण

orthographic projection drawing6 orthographic projection

रेखांकन मध्ये ऑर्थोग्राफिक प्रोजेक्शन

61] ऑर्थोग्राफिक प्रोजेक्शनच्या उद्देशाने वापरण्यात येणारी दोन विमाने आहेत......

a] सहायक विमान

ड] क्षैतिज समतल

c] संदर्भविमान

d] यापैकी काहीही नाही

62] ज्या रेषेत ते छेदतात त्या रेषेला संदर्भ रेषा म्हणतात आणि अक्षरे दर्शवतात.......

a] AB

b] YZ

c] <u>XY</u>

d] यापैकी काहीही नाही

63] VP वरील प्रक्षेपणाला........ म्हणतात.

a] बाजूचे दृश्य

b] <u>समोरचेदृश्य</u>

c] शीर्ष दृश्य

ड] हे सर्व

64] ....पद्धती, जेव्हा दृश्ये त्यांच्या सापेक्ष स्थितीत काढली जातात तेव्हा विमान उंचीच्या खाली येते. उंचीच्या उजव्या बाजूला डावीकडून निरीक्षण केल्याप्रमाणे ऑब्जेक्टचे दृश्य.

a] प्रक्षेपणाचे विमान

b] <u>प्रथमकोनप्रक्षेपण</u>

c] तिसरा कोन प्रक्षेपण

d] यापैकी काहीही नाही

65] तिसरा कोन प्रक्षेपण पद्धत, वस्तू........ चतुर्थांश मध्ये स्थित आहे असे गृहीत धरले जाते.

अ] पहिला चतुर्थांश

b] दुसरा चतुर्थांश

c] <u>तिसराचतुर्थांश</u>

ड] चौथा चतुर्थांश

66] .... प्रोजेक्शनची पद्धत यूएसए आणि इतर देशांमध्ये वापरली जाते.

a] प्रक्षेपणाचे विमान

b] ऑर्थोग्राफिक प्रोजेक्शन

c] प्रथम-कोन प्रक्षेपण

d] <u>तिसराकोनप्रक्षेपण</u>

third angle projection2 orthographic projection

तिसरा कोन प्रोजेक्शन रेखाचित्र

67] जेव्हा एखादी वस्तू जमिनीवर असते, तेव्हा पहिल्या कोन प्रक्षेपण पद्धतीने, तिचा तळाचा भाग XY सह आत असतो.

अ] शीर्ष दृश्य

b] समोरचेदृश्य

c] बाजूचे दृश्य

ड] हे सर्व

68] या प्रक्षेपण प्रणालीचा महत्त्वाचा घटक

a] एक वस्तू

b] प्रक्षेपणाचे विमान

c] एक निरीक्षक

ड] हेसर्व

69] रेषा AB ही HP ला समांतर असते तेव्हा ......

a] AB चे समोरचे दृश्य

b] त्याचे बाजूचे दृश्य AB च्या बरोबरीचे आहे

c] हेशीर्षदृश्य AB च्याबरोबरीचेआहे

d] यापैकी काहीही नाही

70] जेव्हा एखादी रेषा विमानाला समांतर असते; विमानावरील त्याचे प्रक्षेपण त्याच्या बरोबरीचे आहे;

अ] खरीलांबी

b] खरा आकार

c] खरा आकार

d] यापैकी काहीही नाही

71] बिंदू समांतर आहे ज्यामध्ये रेषा किंवा रेषा बिंदूला भेटतात त्याला समतल म्हणतात.

अ] ओळ

b] गुणोत्तर

c] ट्रेस

d] यापैकी काहीही नाही

72]........ हे दोन बिंदूमधील सर्वात कमी अंतर आहे.

a] एक ओळ

b] एक बिंदू

c] एकसरळरेषा

d] यापैकी काहीही नाही

73] जेव्हा रेषा क्षैतिज समतलाला छेदते तेव्हा याला म्हणतात.....

a] क्षैतिजट्रेस

b] अनुलंब ट्रेस

c] रेषेचा ट्रेस

d] यापैकी काहीही नाही

74] विमाने दोन मुख्य प्रकारांमध्ये विभागली जाऊ शकतात ......

a] लंब समतल, सहायक समतल

b] लंबसमतल, तिरकससमतल

c] सहायक समतल, लंब समतल

d] यापैकी काहीही नाही

75] संदर्भ विमानाकडे झुकलेल्या विमानांना ...... म्हणतात.

a] सहायक विमान

b] obliqeu विमान

c] लंब समतल

ड] चित्र विमान

76] जेव्हा एखादे विमान संदर्भ समतलाला लंब असते तेव्हा त्या समतलावरील प्रक्षेपण .... असते.

a] क्षैतिज रेषा

b] समांतर रेषा

c] सरळरेषा

d] यापैकी काहीही नाही

77] जेव्हा एखादे विमान संदर्भ समतलाला समांतर असते तेव्हा ते त्या विमानावरील प्रक्षेपण दर्शवते........

अ] तेखरेआकारआणिआकारआहे

b] ती खरी लांबी आणि आकार आहे

c] ही खरी उंची आणि आकार आहे

d] यापैकी काहीही नाही

78] VP आणि HP वर लंब असलेल्या विमानाला .... असे म्हणतात.

a] सहायक विमान

b] तिरकस विमान

c] <u>लंबसमतल</u>

d] यापैकी काहीही नाही

79] लंब समतल खालील प्रकारांमध्ये विभागले जाऊ शकते.........

a] दोन्ही संदर्भ समतलांना लंब.

b] एका समतलाला लंब आणि दुसऱ्याला समांतर

c] एका विमानाला लंब आणि दुसर्‍याकडे कलते

ड] <u>हेसर्व</u>

80] विमानांना फक्त दोन मिती असतात, उदा........

अ] <u>लांबीआणिरुंदी</u>

b] लांबी आणि उंची

c] लांबी आणि जाडी

ड] हे सर्व

81] तळांच्या केंद्रांना जोडणारी प्रिझमची काल्पनिक रेषा......... म्हणतात.

a] चेहरे

b] <u>अक्ष</u>

c] शिखर

ड] पाया

82] उजव्या आणि नियमित प्रिझममध्ये त्याचा अक्ष असतो....... पायापर्यंत

a] समांतर

b] <u>लंब</u>

c] कललेला

d] यापैकी काहीही नाही

Prisem1 dr Polygon polyhedron

83] जेव्हा एखादा पिरॅमिड किंवा शंकू त्याच्या पायाशी समांतर समतलाने कापला जातो तेव्हा वरचा भाग काढून टाकला जातो, तेव्हा उरलेल्या भागाला .... असे म्हणतात.

अ] गोल

b] शंकू

c] सिलेंडर

ड] <u>फ्रस्टम</u>

Cone dr Cone Drawing

अभियांत्रिकी रेखाचित्र मध्ये शंकू

84] तिरकस सिलेंडर आणि शंकू यांना त्यांच्या अक्ष असतात........ त्यांच्या पायाला

a] <u>कललेला</u>

b] समांतर

c] लंब

d] हे सर्व

85] जमिनीवर विसावलेल्या आणि एकमेकांच्या संपर्कात असलेल्या दोन समान गोलाकारांचे प्रक्षेपण .... च्या समांतर मध्यभागी जोडणारी रेषा.

a] A VP

b] VP

c] <u>HP</u>

ड] हे सर्व

sphere1 dr Sphere Drawing

रेखाचित्र मध्ये गोल

86] दुसऱ्या समतल भागाच्या प्रक्षेपणांना ...... म्हणतात.

अ] विभागातील विमाने

b] <u>उघडविभाग</u>

c] गोलाचा खरा आकार

d] यापैकी काहीही नाही

87] जेव्हा सेक्शन प्लेन HP किंवा जमिनीला समांतर असेल तेव्हा सेक्शनचा खरा आकार......... मध्ये दिसेल.

a] समोरचे दृश्य

b] बाजूचे दृश्य

c] <u>शीर्षदृश्य</u>

ड] हे सर्व

88] घनाची पृष्ठभाग एखाद्या विमानावर घातली जाते, त्याला प्राप्त आकृती म्हणतात.

अ] आंतरप्रवेश

b] <u>विकास</u>

c] छेदनबिंदू

d] यापैकी काहीही नाही

89] पृष्ठभागांचा विकास .... मध्ये आवश्यक आहे.

अ] फाऊंड्री दुकान

b] <u>शीटमेटलवर्क</u>

c] फिटिंगचे दुकान

d] यापैकी काहीही नाही

90] संक्रमणाच्या तुकड्यांमध्ये विकासाची कोणती पद्धत वापरली जाते?

a] समांतर व्यास

b] रेडियल लाइन पद्धत

c] <u>त्रिकोणीपद्धत</u>

ड] अंदाजे पद्धत

91] पिरॅमिड आणि शंकूमध्ये विकासाची कोणती पद्धत वापरली जाते.........

a] <u>रेडियललाइनपद्धत</u>

b] समांतर रेषा पद्धत

c] अंदाजे पद्धत

d] त्रिकोणी पद्धती

pyramid2 dr Pyramid Drawing

पिरॅमिड रेखाचित्र

92] समांतर रेषेची पद्धत .... मध्ये वापरली जाते.

a] प्रिझम

b] सिलेंडर

c] चौकोनी तुकडे

ड] <u>हेसर्व</u>

93] विकासाची कोणती पद्धत पृष्ठभागावर गोलाकार, पॅराबोलॉइड, लंबवर्तुळाकार, हायपरबोलॉइड आणि हेलिकॉइड म्हणून वापरली जाते

a] रेडियल लाइन पद्धत

b] त्रिकोणी पद्धत

c] <u>अंदाजेपद्धत</u>

d] समांतर रेषा पद्धत

94] झोन पद्धत आणि ल्युन पद्धत .... च्या विकासासाठी वापरली जाते.

a] प्रिझम

b] शंकू

c] <u>गोल</u>

ड] पिरॅमिड्स

मूळ वर्तुळाच्या त्रिज्या Θ = 360 ^{0}·सूत्रानुसार उपटेन्ड कोन Θ मोजा

अ] <u>अक्षाचीलांबी</u>

b] <u>तिरकसउंची</u>

c] अक्षाची त्रिज्या

d] यापैकी काहीही नाही

96] अभियांत्रिकी प्रॅक्टिसमध्ये, बांधलेल्या वस्तूंचे घटक भाग असू शकतात, ज्याचे पृष्ठभाग एकमेकांना रेषांमध्ये छेदतात ज्याला छेदनबिंदू म्हणतात.

अ] <u>ओळी</u>

b] शंकू

c] सिलेंडर

ड] प्रिझम

97] परस्परसंवादाची ओळ ...... च्या स्वरूपावर अवलंबून असू शकते.

a] <u>छेदनबिंदूपृष्ठभाग</u>

b] छेदणारे घन पदार्थ

c] छेदनबिंदू शंकू

d] यापैकी काहीही नाही

98] दोन समतल पृष्ठभाग एका........ रेषेत छेदतात

a] वक्र

b] <u>सरळ</u>

c] विमान

ड] हे सर्व

99] दोन वक्र पृष्ठभाग किंवा दरम्यानच्या छेदनबिंदूची रेषा......... पृष्ठभाग आणि वक्र पृष्ठभाग ही वक्र आहे.

a] एक वक्र

b] <u>एकविमान</u>

c] एक घन पदार्थ

d] यापैकी काहीही नाही

100] जेव्हा एक घन पदार्थ दुसऱ्या घन पदार्थात पूर्णपणे प्रवेश करतो तेव्हा छेदनबिंदूच्या दोन रेषा असतील. या ओळींना कधीकधी रेषा किंवा .... म्हणतात.

अ] आंतरप्रवेशाची रेषा

b] <u>इंटरपेनेटरेशनचावक्र</u>

c] आंतरप्रवेशाचे घन

ड] हे सर्व

101] पेनिट्रेशन वक्र चा वापर......

a] शीट मेटल वर्क

b] फिटिंगचे दुकान

c] <u>बनावटीचेकाम</u>

ड] फाउंड्री दुकान

102] दोन इंटरफेनेटरेशनच्या पृष्ठभागामधील छेदनबिंदूची रेषा निश्चित करण्याच्या पद्धती.........

a] अंदाजे पद्धत आणि रेडियल लाइन पद्धत

b] <u>लाइनपद्धतआणिकटिंगप्लेनपद्धत</u>

c] त्रिकोणी पद्धत आणि समांतर रेषा पद्धत

d] यापैकी काहीही नाही

103] आंतरप्रवेशाचे उदाहरण .... आहे.

a] दोन प्रिझम छेदनबिंदू

b] सिलेंडर आणि प्रिझम छेदनबिंदू

c] शंकू आणि सिलेंडर्स छेदनबिंदू

ड] <u>हेसर्व</u>

104] दोन सिलिंडर छेदनबिंदू हे........ चे उदाहरण आहे.

a] <u>छेदनबिंदू</u>

b] आंतरप्रवेश

c] शंकू छेदनबिंदू

d] यापैकी काहीही नाही

cylinder8 dr Cylinder Drawing

रेखांकन मध्ये सिलेंडर

105] .... उदाहरणात्मक समस्या सोडवताना पद्धतीचे तपशीलवार वर्णन केले आहे

अ] ओळ पद्धत

b] रेडियल लाइन पद्धत

c] <u>कटिंगप्लेनपद्धत</u>

d] समांतर रेषा पद्धत

106] आयसोमेट्रिक प्रोजेक्शनचा प्रकार काय आहे?

a] <u>सचित्रप्रक्षेपण</u>

b] ऑर्थोग्राफिक प्रोजेक्शन

c] दृष्टीकोन प्रक्षेपण

ड] तिरकस प्रक्षेपण

isometric projections

drawing11 isometric projection

आयसोमेट्रिक प्रक्षेपण रेखाचित्र

107] आयसोमेट्रिक दृश्ये काढली गेली आहेत........

अ] पूर्ण प्रमाण

b] अर्धा स्केल

c] <u>खरीलांबी</u>

ड] खरे प्रमाण

108] सममितीय अक्षाच्या समांतर रेषेला .... म्हणतात.

अ] आयसोमेट्रिक अक्ष

b] <u>आयसोमेट्रिकरेषा</u>

c] आयसोमेट्रिक विमाने

d] सममितीय दृश्ये

109] आयसोमेट्रिक प्रक्षेपण हे प्रमाण कमी होते.........

अ] ३ :

b] १ : २

c] २ : २

ड] <u>२ : ३</u>

110] ने काढलेल्या वर्तुळाचे सममितीय प्रक्षेपण........

अ] आयसोमेट्रिक प्लेन

b] आयसोमेट्रिक आलेख

c] सममितीय रेखाचित्र

ड] <u>आयसोमेट्रिकस्केल</u>

111] लंबवर्तुळाचा प्रमुख अक्ष .... पेक्षा लांब आहे.

a] वर्तुळाची त्रिज्या

b] खरा व्यास

c] <u>वर्तुळाचाव्यास</u>

d] यापैकी काहीही नाही

112] .... वापरून सममितीय दृश्य रेखाटण्याचा सराव करते.

अ] आयसोमेट्रिक विमाने

b] आयसोमेट्रिक रेषा

c] <u>आयसोमेट्रिकआलेख</u>

d] सममितीय दृश्य

113] पॅराबॉलिक वक्र चा वापर आहे

a] <u>ध्वनीपरावर्तक</u>

b] धरणे

c] बॉयलरचे मॅन होल

d] ग्रंथी आणि स्टफिंग बॉक्स

curves engineering curves

वक्र अभियांत्रिकी रेखाचित्र

114] जेव्हा विभाग समतल झुकलेला असतो तेव्हा विभागाचा खरा आकार असतो

a] AVP

b] VP

c] HP

ड] <u>ए/पी</u>

115] जेव्हा सेक्शन प्लेन एचपी आणि व्हीपी दोन्हीसाठी लंब असतो तेव्हा विभागाचा खरा आकार असतो

अ] शीर्ष दृश्य

b] <u>बाजूचेदृश्य</u>

c] समोरचे दृश्य

d]यापैकी काहीही नाही

116] जेव्हा सहाय्यक विमानांवर प्रक्षेपित केलेले दृश्य म्हणतात

a] <u>सहायकदृश्य</u>

b विभागीय दृश्य

c] समोरचे दृश्य

d] यापैकी काहीही नाही

117] वस्तूची अदृश्य वैशिष्ट्ये द्वारे दर्शविली जातात

a] बाह्यरेखा

b] साखळी रेषा

c] <u>लपलेल्यारेषा</u>

d] यापैकी काहीही नाही

118] साठी रेखाचित्र वर विभागीय दृश्य महत्व

अ] <u>अंतर्गततपशील</u>

b] बाह्य तपशील

c] उबविणे

d] यापैकी काहीही नाही

sectional views dr Sectional views

रेखाचित्र मध्ये विभागीय दृश्ये

119] घटक सरळ कटिंग प्लेनद्वारे कापला जातो दोन भागांमध्ये विभागला जातो

अ] अर्धा भाग

b] <u>पूर्णविभाग</u>

c] ऑफसेट विभाग

d] काढलेला विभाग

120] विभाग ओळ दोन भिन्न भाग आहे (तुकडे] संपर्कात बुडणे आवश्यक आहे ...

a] समान दिशा

b] विरुद्धदिशा

c] समांतर दिशा

d] यापैकी काहीही नाही

121] जेव्हा या प्लेटसाठी क्षेत्रफळ अगदी लहान भागामध्ये विभागायचे असेल आणि विभागात काळे केलेले संरचनात्मक सदस्य वापरले जाऊ शकतात. पेक्षा कमी नसलेली जागा

a] 0.07 मिमी

b] 0.7 मिमी

c] 0.05 मिमी

ड] 0.5 मिमी

122] बहुभुजाच्या अंतर्गत कोनांची बेरीज समान आहे

a] (2*n-4]*कटकोन

b] (2*n]*कटकोन-4

c] (2*4-n]*कटकोन

d] (2-4*n]*कटकोन

123] एक मायक्रॉन म्हणजे .... मिमी

अ] ०.००१

b] 1000

c] ०.०१

ड] ०.१

124] पृष्ठभागाचा विकास आवश्यक आहे.....

a] फाउंड्री दुकान

b] शीटमेटलकाम

c] फिटिंगचे दुकान

d] यापैकी काहीही नाही

development of surfaces drawing13

devlopment of surfaces

रेखांकनामध्ये पृष्ठभागांचा विकास

125] संक्रमणाच्या तुकड्यात विकासाची कोणती पद्धत वापरली जाते?

a] समांतर रेषा पद्धत

b] रेडियल लाइन पद्धत

c] त्रिकोणीपद्धत

d] यापैकी काहीही नाही

126] आयसोमेट्रिक प्रोजेक्शन च्या प्रमाणात कमी केले जाते

a] √2:√3

b] √3:√2

c] 1:√2

d] यापैकीकाहीहीनाही

127] जेव्हा तीन युनिट्समध्ये मोजमाप आवश्यक असते तेव्हा स्केल वापरला जातो....

अ] पूर्ण प्रमाण

b] साधा स्केल

c] अर्धा स्केल

d] यापैकीकाहीहीनाही

128]आयसोमेट्रिक रेखांकन उत्पादनात मोठे आहे आयसोमेट्रिक प्रोजेक्शन बद्दल....

अ] <u>22.5%</u>

b] <u>०.८१५</u>

c] 9/11

d] यापैकी काहीही नाही

129] गोलाकार भागांच्या गोलाचे आयसोमेट्रिक असताना....... वापरणे आवश्यक आहे.

अ] पूर्ण प्रमाण

b] <u>सममितीयलांबी</u>

c] खरी लांबी

ड] अर्धा स्केल

130] आयसोमेट्रिक स्केलने वर्तुळ काढल्यावर लंबवर्तुळाच्या प्रमुख अक्षाची लांबी ....

a] <u>खराव्यास</u>

b] आयसोमेट्रिक व्यास

c] सममितीय व्यास

d] यापैकी काहीही नाही

131] आयसोमेट्रिक व्ह्यूमध्ये ज्यामध्ये मोठ्या संख्येने नॉन-आयसोमेट्रिक रेषा असतात त्यामध्ये कोणती पद्धत वापरली जाते

a] बॉक्स पद्धत

b] ऑफ-सेट पद्धत

c] <u>समन्वयपद्धत</u>

ड] केंद्र लेआउट पद्धत

132] जेव्हा वस्तुच्या वास्तविक आकारापेक्षा लहान रेखाचित्र काढले जाते .....

अ] पूर्ण प्रमाण

b] विस्तारित स्केल

c] <u>प्रमाणकमीकरणे</u>

d] यापैकी काहीही नाही

133] जेव्हा e=1 वक्र म्हणतात.....

a] <u>पॅराबोला</u>

b] हायपरबोला

c] लंबवर्तुळ

d] यापैकी काहीही नाही

134]आयसोमेट्रिक ड्रॉईंगशी तुलना करा तिरकस प्रोजेक्शनचा फायदा....

अ] <u>समोरचाचेहराखऱ्याआकारातआहे</u>

b] दोन अक्ष नेहमी एकमेकांना लंब असतात

c] घसरणारा अक्ष काही सोयीस्कर कोनात घेतला जातो
d] यापैकी काहीही नाही
135]सर्व मागे जाणाऱ्या कडांची खरी लांबी काढल्यास तिरकस प्रक्षेपण म्हणतात...
a] <u>cavilier प्रोजेक्शन</u>
b] कॅबिनेट प्रोजेक्शन
c] सामान्य प्रक्षेपण
d] यापैकी काहीही नाही
136] बिंदू बांधण्यासारख्या मोठ्या वस्तूची उंची सहसा ..... घेतली जाते.
a] 0.8 मिमी
b] 1.2 मिमी
c] <u>1.8 मिमी</u>
ड] 1.5 मिमी
137] मध्यवर्ती विमान हे काल्पनिक उभ्या विमानातून जाते....
अ] <u>पी. पी</u>
b] HL
c] GP
d] CP
138] जेव्हा वस्तू PP ला समांतर असते तेव्हा दृष्टीकोन म्हणतात......
a] <u>एकमुद्दा</u>
b] दोन बिंदू
c] तीन बिंदू
d] यापैकी काहीही नाही
139] चित्राच्या विमानातून स्टेशन पॉईंटमधून काढलेली रेषा असेल ....
a] <u>PA</u>
b] HL
c] GL
ड] सी
140] चित्राच्या विमानापासून स्टेशन पॉईंटचे अंतर.....
अ] कमाल. ऑब्जेक्टचा व्यास
b] <u>कमालदुप्पट. ऑब्जेक्टचाव्यास</u>
c] अर्धा कमाल. ऑब्जेक्टचा व्यास
d] यापैकी काहीही नाही
141] षटकोनी समतल सममितीय दृश्यात षटकोनीच्या सर्व बाजू ..... आहेत.
अ] समान लांबी
b] <u>असमानलांबी</u>

c] यापैकी नाही

hexagonal plane drawing6 dr Hexagonal plane

रेखाचित्र मध्ये षटकोनी विमान

142] जेव्हा सर्व चेहरे समान आणि नियमित असतात तेव्हा पॉलीहेड्रॉन म्हणतात....

a] <u>नियमित</u>

b] prisms

c] अनियमित

ड] पिरॅमिड

polyhedron drawing1 dr Polygon polyhedron

रेखाचित्र मध्ये पॉलिहेड्रॉन

143] तिरकस प्रिझम आणि पिरॅमिडमध्ये ......

अ] पायाला लंब असलेला अक्ष

b] <u>बेसकडेझुकलेलाअक्ष</u>

c] एचपीकडे झुकलेले चेहरे

d] यापैकी काहीही नाही

144] Icosahedrons चे समभुज त्रिकोणी चेहरे असतात

अ] १२

ब] ८

c] <u>20</u>

ड] ६

145] जेव्हा पिरॅमिड किंवा शंकू त्याच्या पायथ्याशी समांतर विमानाने कापला जातो तेव्हा त्याला म्हणतात.....

a] पिरॅमिड

b] कार्ट केलेले

c] frustum

d] यापैकी काहीही नाही

146] जे विमान दोन्ही संदर्भ समतलाकडे झुकलेले असते त्यांना ...... म्हणतात.

a] तिरकसविमान

b] लंब समतल

c] कलते विमान

d] यापैकी काहीही नाही

147] जेव्हा HP ला समांतर रेषा आणि VP ला लंब असते तेव्हा ट्रेस लाईन असते.....

a] VT

b] HT

c] ट्रेस नाही

d] VT आणि HT

148] जेव्हा एखादी रेषा VP ला समांतर असते आणि HP कडे कलते तेव्हा रेषेची खरी लांबी.....

a] समोरचेदृश्य

b] शीर्ष दृश्य

c] बाजूचे दृश्य

d] यापैकी काहीही नाही

149] जेव्हा बिंदू समोरच्या चौकोनात स्थित असतो

a] HP च्या वर आणि VP च्या समोर

b] HP च्याखालीआणि VP च्यासमोर

c] VP च्या मागे आणि HP च्या वर

d] HP च्या खाली आणि VP च्या मागे

150] बिंदू "b" चा चतुर्थांश HP वर 15 मिमी आणि VP च्या मागे 25 मिमी आहे शोधा.

a] मी st

b] III रा

c] IIII व्या

d] II nd

151] पहिल्या कोन प्रक्षेपणात समोरचे दृश्य आहे ......

अ] शीर्षदृश्याच्यावर

b] वरच्या दृश्याच्या खाली

c] बाजूच्या दृश्याच्या वर

d] बाजूच्या दृश्याच्या खाली

orthographic

First Angle projection5 projection

रेखांकनात प्रथम कोन प्रक्षेपण पद्धत

152] ऑर्थोग्राफिक प्रोजेक्शनमध्ये प्रोजेक्टर .... असतात.

a] विमानाला समांतर

b] समतलालालंब

c] विमानाकडे कललेला

d] यापैकी काहीही नाही

153] LHSV म्हणजे........

a] बाजूच्या दृश्याची लांबी

b] डाव्या हाताचे दृश्य

c] उजव्या हाताचे दृश्य

ड] डाव्याबाजूचेदृश्य

154] निरीक्षक आणि प्रक्षेपणाचे समतल यांच्यातील ऑब्जेक्ट रेषा ...... आहे.

a] 3 राकोन

b] 1 लाकोन

c] 4 थाकोन

d] 2 राकोन

155] तिसऱ्या कोनातील प्रक्षेपणात प्रक्षेपणाचे समतल ...... असे गृहीत धरले जाते.

अ] पारदर्शक नसलेले

b] चतुर्थांश

c] पारदर्शक

ड] डिहेड्रल कोन

156] तिसऱ्या कोनात प्रक्षेपण शीर्ष दृश्य नेहमी चालू असते......

अ] वरीलसमोरचेदृश्य

b] वरचे दृश्य

c] समोरच्या दृश्याच्या खाली

d] बाजूच्या दृश्याच्या खाली

157] चार चतुर्भुज ज्यांना ...... असे म्हटले जाऊ शकते.

a] घड्याळाच्या विरुद्ध दिशेने

b] पहिला आणि तिसरा कोन

c] **डिहेड्रलकोन**

d] यापैकी काहीही नाही

158] पहिल्या कोन प्रक्षेपण पद्धतीमध्ये डावीकडून दिसणारे दृश्य ..... वर ठेवले जाते.

a] समोरच्या दृश्याच्या डावीकडे

b] **समोरच्यादृश्याचाउजवा**

c] वरच्या दृश्याच्या वर

d] समोरच्या दृश्याच्या खाली

159] A2 कागदाचा आकार..... आहे.

अ] २९७*४२०

b] ५९४*८४१

c] **४२०*५९४**

ड] 210*297

160] बोर्डच्या ज्या काठावर 'T' चौकोन sli9ding असतो त्याला ...... म्हणतात.

a] सरळ धार

b] **कार्यरतधार**

c] छिन्नी धार

d] यापैकी काहीही नाही

161] BIS ने शिफारस केल्यानुसार टायटल ब्लॉकचा आकार. आहे.....

अ] **१८५*६५**

b] 150*50

c] 170*65

d] यापैकी काहीही नाही

169] व्हर्नियर कॅलिपरची सर्वात कमी गणना .... आहे.

अ] ०.००१

b] **०.०२**

c] ०.००१

ड] ०.०००२

170] एक अतिशय लहान एकक अतिशय अचूकतेने वाचण्यासाठी कोणता स्केल वापरला जातो?

a] साधा स्केल

b] कर्णस्केल

c] जीवाचे प्रमाण

ड] व्हर्नियर स्केल

171] RF एकापेक्षा मोठा आहे (1] स्केल ...... आहे.

a] साधा स्केल

b] कर्ण स्केल

c] विस्तारितस्केल

ड] प्रमाण कमी करणे

172] एक प्राथमिक भागाकार आणि एक व्हर्नियर भागाकार यातील फरकाला ...... म्हणतात.

अ] किमानगणना

b] प्राथमिक स्केल

c] व्हर्नियर स्केल

ड] आरएफ

173] एक मायक्रॉन म्हणजे मिमी मध्ये........

a] 1000 मिमी

b] 0.001 मिमी

c] 0.01 मिमी

d] 100 मिमी

174] लगतच्या धाग्याच्या दोन बाजूंना जोडणाऱ्या वरच्या पृष्ठभागाला म्हणतात

अ] क्रेस्ट

ब] मूळ

क] पार्श्वभाग

ड] धागा कोन आहे

175] ISO मेट्रिक थ्रेडचा समाविष्ट कोन -------- आहे.

अ] 27 1 /2°

ब] ३०°

C] 55°

ड] ६०°

176] खालीलपैकी कोणत्या स्क्रू थ्रेड फॉर्ममध्ये थ्रेड्सच्या फ्लँक्समध्ये 55° कोन समाविष्ट आहे?

अ] बीएधागा

ब] एक्मे धागा

क] बट्रेस धागे

ड] पोर धागा

177] खालीलपैकी कोणता फक्त धागा पूर्ण करण्यासाठी आणि योग्य फॉर्म ठेवण्यासाठी वापरला जातो?

एकनळ

ब] थ्रेडिंग साधन

क] थ्रेडिंग चेझर

ड] टिपलेले साधन

tap and die1 Tap Die

डाय टॅप करा

178] कोन 0f lS धागा (V आकाराचा] ---------- आहे.

अ] २९°

ब] ४७ १/४°

C] 50°

ड] 60

179] खालीलपैकी कोणत्या पद्धतीमध्ये फक्त बाह्य धागे तयार केले जातात -------

अ] फॉर्म टूल mEthOd

ब] कंपाऊंड विश्रांती पद्धत

क] टेलस्टॉकऑफसेटपद्धत

ड] टेपर टर्निंग संलग्नक पद्धत.

180] शिखा आणि धाग्याचे मूळ यांना जोडणारा पृष्ठभाग ---- म्हणून ओळखला जातो.

अ] पार्श्वभाग

ब] शंक

क] खेळपट्टीचा पृष्ठभाग

D] हे सर्व

181] दोन स्टार्ट थ्रेडची पिच 4 मिमी आहे. नंतर थ्रेडची लीड ----- यांनी दिली आहे.

अ] 4 मि.मी

ब] 2 मि.मी

<u>क] 8 मि.मी</u>

ड] 6 मि.मी

182] सिंगल पॉइंट कटिंग टूल वापरून लीड स्क्रू पिच असलेल्या लेथवर 2.5 मिमीचा स्क्रू थ्रेड कापण्यासाठी आवश्यक गियर प्रमाण ---- आहे.

<u>अ] १:२</u>

ब] २:१

C] 1:1 मिमी

183] समीप थ्रेडच्या दोन बाजूंना जोडणारा तळाचा पृष्ठभाग (बाह्य धागा] आहे...

अ] पार्श्वभाग

ब] <u>मूळ</u>

क] क्रेस्ट

ड] खेळपट्टी

184] सुतार वाइसमध्ये वापरल्या जाणार्‍या धाग्याचे स्वरूप आहे...

अ] चौकोन

ब] एक्मे धागा

क] <u>सावटूथधागा</u>

ड] पोर धागा

185] पाईप थ्रेडचा कोन काय आहे?

अ] ६०°

ब] ४७'/२°

C] 29°

<u>ड] ५५°.</u>

186] पाईप धाग्याचा उपयोग काय?

अ] प्रक्षेपण

ब] दबाव राखणे

<u>सी] हवाबंद जोडणी</u>

D] वरीलपैकी काहीही नाही.

187] 2" पाईप धाग्याची खोली किती आहे?

अ] ०.५"

ब] ०.६४०"

C] ०.३३५"

<u>डी] ०.५८०"</u>

188] बाहेरील धागा रॉड किंवा पाईपवर, डाय आणि कटिंग टूलद्वारे प्रदान करतात त्याला ...... म्हणतात.

(अ.) टॅपिंग

(गो.) मरणे

(क.] थ्रेडिंग

(ड.) खोबणी

189] बोल्ट आणि थ्रेड्सचे नुकसान होण्यापासून संरक्षण करण्यासाठी वापरले जाते.

अ] डोनाल्ड कॅप नट

ब] अंगठा नट

क] षटकोनी नट

ड] विंग-नट

190] जेथे वारंवार काढणे आणि निराकरण करणे आवश्यक आहे तेथे वापरले जाते.

अ] डोनाल्ड कॅप नट

ब] थंब नट

क] षटकोनी नट

ड] विंग-नट

191] मशीन बिल्डिंग आणि स्ट्रक्चरच्या कामात वापरली जाते.

अ] डोनाल्ड कॅप नट

ब] अंगठा नट

क] षटकोनी नट

ड] विंग-नट

192] जेथे वारंवार समायोजन करावे लागते तेथे वापरले जाते.

अ] डोनाल्ड कॅप नट

ब] अंगठा नट

क] षटकोनी नट

ड] विंग-नट

193] नट मध्ये नायलॉन घालणे सैल होण्यापासून प्रतिबंधित करते.

अ] लॉकिंग प्लेट

ब] वायर लॉक

क] स्व-लॉकिंग नट

ड] करवतीचे नट

194] नटच्या अर्ध्या भागात एक स्लॉट कापला जातो.

अ] लॉकिंग प्लेट

ब] वायर लॉक

क] स्व-लॉकिंग नट

ड] <u>करवतीचे नट</u>

195] दोन बोल्टचे ढिले होण्यास प्रतिबंध करते.

अ] लॉकिंग प्लेट

ब] <u>वायर लॉक</u>

क] स्व-लॉकिंग नट

ड] करवतीचे नट

196] वरच्या नट फिरणे प्रतिबंधित करते.

अ] <u>लॉक-नट</u>

ब] खोबणीचे नट

क] स्व-लॉकिंग नट

ड] करवतीचे नट

197] नट बसविण्यासाठी प्लेटच्या आकाराचा वापर करून नट सैल होण्यापासून प्रतिबंधित करते.

अ] <u>लॉकिंग प्लेट</u>

ब] वायर लॉक

क] स्व-लॉकिंग नट

ड] करवतीचे नट

198] षटकोनी नट सह खालचा भाग दंडगोलाकार आणि recessed खोबणी केली.

अ] लॉक-नट

ब] <u>खोबणीचे नट</u>

क] स्व-लॉकिंग नट

ड] करवतीचे नट

199] अंतर भरणे» मशीनच्या तळाशी आणि मजल्याच्या वरच्या बाजूस किंवा फाउंडेशन ब्लॉकच्या दरम्यान असावे.

अ] लाकडी रूपे

ब] फाउंडेशन बोल्ट

क] <u>ग्राउटिंग</u>

ड] साचा

200] कॉंक्रीट ओतल्यावर कोणतीही हालचाल टाळण्यासाठी वापरले जाते.

अ] <u>लाकडी रूपे</u>

ब] फाउंडेशन बोल्ट

क] ग्राउटिंग

ड] साचा

201] यंत्राला हलवण्यापासून रोखण्यासाठी पायावर घट्ट धरून ठेवण्यासाठी वापरले जाते.

अ] लाकडी रूपे

ब] <u>फाउंडेशन बोल्ट</u>

क] ग्राउटिंग

ड] साचा

202] लाकडी नमुने जे यंत्राच्या पायाचे प्रतिनिधित्व करतात आणि उत्खननात बोल्टला आधार देतात.

अ] लाकडी रूपे

ब] फाउंडेशन बोल्ट

क] ग्राउटिंग

ड] <u>साचा</u>

203] हे उत्खननात ठेवल्यानंतर काँक्रीटचा दाब सहन करण्यासाठी बाहेरून घट्ट बांधलेले असते.

अ] <u>लाकडी रूपे</u>

ब] फाउंडेशन बोल्ट

क] ग्राउटिंग

ड] साचा

204] मशीनची पातळी तपासण्यासाठी वापरला जातो

अ] कावळा

ब] <u>आत्म्याची पातळी</u>

क] लेव्हलिंग जॅक

ड] पाचर

210] खूप कमी टॉर्क प्रसारित करण्यासाठी.

अ] पंखाची कळ

ब] गिब हेड की

क] वुड्रफ की

ड] <u>खोगीर की</u>

211] कीचे प्रोफाइल शाफ्ट कमकुवत करते.

अ] पंखाची कळ

ब] गिब हेड की

क] <u>वुड्रफ की</u>

ड] खोगीर की

212] दिशाहीन टॉर्क प्रसारित करण्यासाठी.

अ] पंखाची कळ

ब] गिब हेड की

क] वुड्रफ की

ड] खोगीर की

213] जड टॉर्क प्रसारित करण्यासाठी.

अ] पंखाची कळ

ब] गिब हेड की

क] वुड्रफ की

ड] खोगीर की

रोटेशनच्या दोन्ही दिशांमध्ये आघात प्रकाराचा अतिशय उच्च टॉर्क प्रसारित करण्यासाठी .

अ] गिब हेड की

ब] वुड्रफ की

क] खोगीर की

ड] स्पर्शिका की

215] शाफ्टवरील चटईचा भाग सरकता किंवा अक्षीय हालचाली करण्यास परवानगी देते.

अ] पंखाची कळ

ब] गिब हेड की

क] वुड्रफ की

ड] खोगीर की

216] सहज काढता येते.

अ] पंखाची कळ

ब] गिब हेड की

क] वुड्रफ की

ड] खोगीर की

237] जाड प्लेट्स शीट्स जोडण्यासाठी rivets.

अ] काउंटरस्कंक हेड

ब] सपाट डोके

क] पॅन डोके

ड] मशरूम

238] शीट मेटल जोडण्यासाठी रिवेट्स.

अ] काउंटरस्कंक हेड

ब] सपाट डोके

क] पॅन डोके

ड] मशरूम

239] हेवी फॅब्रिकेशन कामासाठी रिवेट्स.

A] Countersunk head

ब] सपाट डोके

क] <u>पॅन डोके</u>

ड] मशरूम

240] साठी रिवेट्स मेटा\ पृष्ठभागावरील रिव्हेटच्या डोक्याची उंची कमी करते

A] Countersunk head

ब] सपाट डोके

क] पॅन डोके

ड] <u>मशरूम</u>

241] सामान्यतः संरचनात्मक कामासाठी वापरल्या जाणाऱ्या रिवेट्स.

अ] काउंटरस्कंक हेड

ब] सपाट डोके

क] पॅन डोके

ड] <u>स्नॅप डोके</u>

242] स्लॉटची रुंदी मोजण्यासाठी कॅलिपर म्हणजे...

अ] विषम पाय कॅलिपर

ब] बाहेरील कॅलिपर

C] जेनी कॅलिपर

ड] <u>कॅलिपरच्याआत</u>

<u>caliper</u> <u>hand tools</u>

कॅलिपर

243] विभाजकांचा आकार ------- द्वारे निर्दिष्ट केला जातो.

अ] पायांची एकूण लांबी

ब] पूर्णपणे उघडल्यावर बिंदूमधील अंतर

क] बिंदू नसलेल्या पायांची लांबी

<u>D] पिव्होटआणिबिंदूमधीलअंतर</u>

244] समांतर रेषा चिन्हांकित करण्यासाठी वापरण्यात येणारे साधन, डेटाम एजला समांतर आहे -

अ] जेनीकॅलिपर

ब] विभाजक

क] बाहेरील कॉलीपर

ड] कॅलिपरच्या आत

245] खालीलपैकी कोणते एक अप्रत्यक्ष मोजण्याचे साधन आहे?

अ] बाहेरीलकॅलिपर

ब] व्हर्नियर कॅलिपर

क] पोलादी नियम

ड] बाहेरील मायक्रोमीटर

246] पातळ नळ्या कापण्यासाठी, हॅकसॉ ब्लेडची सर्वात योग्य पिच आहे...

अ] 1.8 मिमी

ब] 1.4 मिमी

क] 1 मि.मी

ड] 0.8 मि.मी

247] ठोस पितळ कापण्यासाठी, हॅकसॉ ब्लेडची सर्वात योग्य खेळपट्टी आहे...

अ] 1.8 मिमी

ब] 1.4 मिमी

क] 1 मि.मी

डी] 0.8 मिमी

248] काही स्ट्रोक नंतर एक नवीन हॅकसॉ ब्लेड सैल होते कारण ...

अ] ब्लेडचेताणणे

ब] विंग-नट धागे जीर्ण होत आहेत

क] ब्लेडची चुकीची खेळपट्टी

ड] करवतीच्या संचाची अयोग्य निवड.

hacksaw Hacksaw Frame Blade

हॅकसॉ फ्रेम

249] लहान व्यासाचे पाईप्स कापताना, नियमितपणे पाहणे आणि याची खात्री करणे उचित आहे ...

अ] कट वक्र रेषेसह आहे

ब] <u>अधिककरवतीचेदातसंकुचितआहेत</u>

क] काम जास्त तापलेले नाही

ड] हॅकसॉचे योग्य संतुलन राखले जाते

250] व्हाइस क्लॅम्पचा वापर यासाठी केला जातो...

अ] कठीण जबड्याचे रक्षण करा

ब] कामाचे तुकडे कडकपणे घट्ट करा

क] <u>तयारपृष्ठभागसंरक्षितकरा</u>

ड] जंगम जबडा दाखल होण्यास प्रतिबंध करा

251] चिन्हांकित करताना संदर्भ पृष्ठभाग प्रदान केला जातो ...

अ] पृष्ठभाग मापक

ब] वर्कपीस

C] कामाचे रेखाचित्र

D] <u>मार्किंगटेबलपृष्ठभाग</u>

252] अभियंत्याच्या वाइसचा आकार द्वारे निर्दिष्ट केला जातो ...

अ] जंगम जबड्याची लांबी

ब] <u>जबड्याचीरुंदी</u>

क] दुर्गुणाची उंची

ड] जबडा जास्तीत जास्त उघडणे

254] स्क्राइबर बनलेले आहेत ...

अ] सौम्य पोलाद

ब] <u>उच्चकार्बनस्टील</u>

क] पितळ

ड] कास्ट लोह

255] हँडल फिक्स करण्यासाठी वापरल्या जाणाऱ्या हातोड्याचा भाग...

चेहरा

ब] पेन

क] गाल

ड] <u>डोळाछिद्र</u>

hammer Hammers

हातोडा

256] चिन्हांकित करण्याच्या हेतूने हातोड्याचे वजन ...

अ] 250 ग्रॅम

ब] 500 ग्रॅम

C] 1 किग्रॅ

ड] 2 किग्रॅ

257] डिव्हायडरचा आकार...

अ] पायांची एकूण लांबी

ब] पूर्णपणे उघडल्यावर बिंदूमधील अंतर

क] बिंदूशिवाय पायांची लांबी

D] पिव्होटआणिबिंदूमधीलअंतर

261] केंद्र शोधण्यासाठी वापरल्या जाणाऱ्या पंचाचे नाव सांगा.

अ] प्रिक पंच ३०°

ब] प्रिक पंच ६०°

क] केंद्रपंच

ड] डॉट पंच

262] केंद्र पंचाचा बिंदू कोन -------- आहे.

अ] ३०°

ब] ५०°

c] 900

ड] 1200

Centre punch 1 Punches

मध्यभागी पंच

263] पंचांचा वापर --------- कोणत्याही आकाराचा बनवण्यासाठी केला जातो

अ] छिद्र

ब] खाण

C] Knurling

ड] रीमिंग

266] फाइल्सची उत्तलता मदत करते...

अ] अवतल पृष्ठभाग फाइल करण्यासाठी

ब] बहिर्वक्र पृष्ठभाग फाइल करण्यासाठी

क] कामाच्याकडागोलाकारटाळण्यासाठी

D] दाब लागू झाल्यावर सरळ होणारी फाईल

267] लाकूड, चामडे आणि इतर मऊ साहित्य भरण्यासाठी कोणती फाईल वापरली जाते? .

अ] सिंगल कट फाइल

ब] डबल कट फाइल

c] रास्पकटफाइल

ड] वक्र कट फाइल

268] वापरलेली फाईल ----------- साठी वापरली जाते.

अ] कामाचा तुकडा साफ करणे

क] फाइल दात नूतनीकरण

ब] फाईलचेदातसाफकरणे

ड] चिप्स साफ करणे

files 1 Files

फाईल्स

269] फाइल कार्ड -------- यासाठी वापरले जाते.

अ] कामाचा तुकडा स्वच्छ करा

C] फाईलचे दात नूतनीकरण करा

ब] फाईलचेदातस्वच्छकरा

270] लेखकाचा बिंदू कोन ----------- आहे.

अ] ३०°

ब] ६०°

C] 5° ते 10°

D] 12° ते 15°

271] कास्ट आयरनला चिपकण्यासाठी कटिंग अँगल आहे...

अ] ३७.५०

ब] 55◦

क] 60◦

ड] 90◦

272] छिन्नी सामग्रीमध्ये खोदेल जेव्हा...

अ] रेक कोन अधिक आहे

ब] क्लिअरन्स कोन खूप कमी आहे

क] झुकावकोनअधिकआहे

ड] झुकाव कोन खूप कमी आहे

3

Workshop Calculation & Science System of units Factors and Fractions MCQ कार्यशाळा गणना आणि विज्ञान घटक आणि अपूर्णांकांची प्रणाली MCQ

Scan for Theory Videos

1] युनिट्सच्या प्रणालीचे दोन वर्गीकरण काय आहेत?
अ] ब्रिटिश आणि मेट्रिक
B] गुरुत्वाकर्षण आणि गैर-गुरुत्वाकर्षण
C] मूलभूत आणि व्युत्पन्न
D] मेट्रिक आणि आंतरराष्ट्रीय
2] मूलभूत एकके काय आहेत?
अ] लांबी, वस्तुमान, आकारमान
ब] लांबी, वस्तुमान, वेळ
क] लांबी, वस्तुमान, क्षेत्रफळ
D] लांबी, दाब, आवाज
3] MKS प्रणालीमध्ये 'M' हे अक्षर काय दर्शवते?
अ] मैल
ब] मीटर
C] मिलीमीटर
डी] मायक्रॉन
4] 1 इंच मध्ये किती मिलीमीटर असतात?
A] 2.54 मिमी
B] 25.4 मिमी
C] 24.5 मिमी
D] 2.45 मिमी
5] 12, 18, 6, 36 चे LCM किती आहे?
अ] १२

ब] १८
क] ३६
डी] ४२
6] 18, 42, 24 चा HCF काय आहे?
अ] २
ब] ६
क] १८
डी] २४
7] दिलेल्या मिश्र अपूर्णांकासाठी अयोग्य अपूर्णांक काय आहे ?
अ] ५२/७
ब] ७/५२
क] २८/७
ड] ७/२८
8] दशांश 0.000659 अपूर्णांकात रूपांतरित करायचे?
अ] 659/1000
ब] 659/10000
C] 659/100000
डी] 659/1000000
९] सरलीकृत करा = (३/४) +(२/५) -(५/२०)
अ] ३/१०
ब] 9/10
क] १२/१०
डी] 13/10
11] 0.003 x 0.5 चे गुणाकार काय आहे? | 0.003 x 0.5
अ] ०.००१५
ब] ०.००१५
C] ०.०१५
डी] ०.१५
१२] सरलीकृत करा- (१७.४९ x ५.२) / ६.५
अ] १३.६९
ब] १३.७९
क] १३.८९
डी] १३.९९

13] 225 मीटर लांबीची तांब्याची तार 900 समान भागांमध्ये कापल्यास प्रत्येक भागाची लांबी किती असते?

A] 0.23 मीटर

B] 0.25 मीटर

C] 0.28 मीटर

डी] 0.29 मीटर

4

स्क्वेअर रूट आणि टक्केवारी MCQ

Scan for Theory Videos

14] 529 चे वर्गमूळ किती आहे?

अ] १३

ब] २३

क] ३३

डी] ४३

15] 0.01 चा वर्ग किती आहे?

अ] ०.००१

ब] ०.०००१

C] 1.0E-5

D] 1.0E-6

16] 80 ची किती टक्केवारी 20 आहे?

अ] ८०%

ब] ४०%

क] २५%

डी] २०%

17] 40 किलोचे 8% किती आहे?

अ] २.२ किलो

ब] ३.२ किलो

C] 4.2 किलो

डी] 5.2 किलो

18] 52% अपूर्णांकात रूपांतरित करा.

अ] ९/२५

ब] 11/25

क] १३/२५

डी] १७/२५

19] 0.456 दशांश अपूर्णांक टक्केवारीत रूपांतरित करा.

अ] ४५.६%

ब] ४.५६%

क] ०.४५६%

डी] ०.०४५६%

20] $x^2 + 6^2 = 102$ चे 'x' मूल्य काय आहे?

अ] ४

ब] ६

क] ८

डी] १०

21] दशांश संख्या 550.37 चे वर्गमूळ किती आहे?

अ] २१.२६

ब] २२.२६

C] 22.46

डी] २३.४६

22] $\sqrt{8} + \sqrt{18} - 2\sqrt{2}$ चे मूल्य किती आहे?

अ] २.२४

ब] ३.२४

क] ४.२४

डी] ५.२४

23] AC = 10 सेमी आणि BC = 6 सेमी असल्यास बाजू AB किती आहे?

A] 8 सेमी

B] 6 सेमी

C] 5 सेमी

D] 4 सेमी

24] AC = 15 सेमी आणि AB = 9 सेमी असल्यास बाजू BC किती आहे?

A] 4 सेमी

B] 8 सेमी

C] 10 सेमी

D] 12 सेमी

25] AB = 7 सेमी आणि BC = 5 सेमी असल्यास बाजूच्या AC चे मूल्य किती असेल?

A] 8.2 सेमी

B] 8.6 सेमी

C] 8.4 सेमी

D] 8.1 सेमी

26] तांब्याचे निर्णायक वजन 42.3 किलो आणि कथील वजन 2.7 किलो असल्यास तांब्याची टक्केवारी किती आहे?

अ] घन ९२%

ब] घन ९४%

क] घन 96%

डी] घन 98%

27] मोटार सायकलचा टायर 300/- रुपयांना विकला गेला तर त्यात 25% नफा जोडल्यास त्याची खरेदी किंमत किती आहे.

अ] २०० रु

ब] रु. 220

क] २४० रु

ड] रु. 260

28] 18.5% च्या रूपांतरणाचा दशांश अपूर्णांक किती आहे?

अ] ०.१८५

ब] ०.१७५

क] ०.१६५

डी] ०.१९५

5

Material Science MCQ
भौतिक विज्ञान MCQ

Scan for Theory Videos

29] कोणता नॉन-मेटल आहे?

अ] बुध | पारा

ब] ग्रेफाइट | ग्रेफाइ

क] पितळ | पीतल

D] लोखंड | ल हा

30] कोणत्या धातूमध्ये लोह हे मुख्य घटक आहे?

अ] पितळ धातू

B] कांस्य धातू

C] झिंक

D] फेरस धातू

31] लोखंड नसलेल्या धातूचे नाव काय आहे?

अ] फेरस धातू

ब] नॉन-फेरस धातू

C] इन्सुलेट धातू

D] नॉन-इन्सुलेट धातू

32] खालीलपैकी कोणता धातूचा यांत्रिक गुणधर्म आहे?

अ] व्यवहार्यता

ब] लवचिकता

क] गंज

D] रचना

33] ठिसूळ धातू कोणता?

अ] कास्ट लोह

ब] स्टील

C] सौम्य पोलाद

D] मिश्रधातूचे पोलाद

34] धातूचा कोणता यांत्रिक गुणधर्म कटिंग टूलमध्ये लवचिक विकृतीला प्रतिकार देतो?

अ] लवचिकता

ब] निंदनीयता

क] कडकपणा

ड] कणखरपणा

35] तन्य शक्तींच्या प्रभावाचा प्रतिकार करण्याची क्षमता धातूचा कोणता गुणधर्म आहे?

अ] लवचिकता

ब] दृढता

क] लवचिकता

ड] ठिसूळपणा

36] प्रयुक्त बल सोडल्यानंतर धातूच्या कोणत्या गुणधर्मामध्ये त्याच्या मूळ आकारात परत येण्याची शक्ती असते?

अ] निंदनीयता

ब] दृढता
क] लवचिकता
D] प्लॅस्टिकिटी

37] उष्णता लागू केल्यावर त्याच्याकडे असलेल्या धातूचा कोणता गुणधर्म वितळतो?
अ] चालकता
ब] निंदनीयता
C] फ्यूजिबिलिटी
ड] दृढता

38] विद्युत दिव्यामध्ये फिलामेंट म्हणून कोणता मिश्रधातू वापरला जातो?
अ] कोबाल्ट
ब] व्हॅनेडियम
C] टंगस्टन
D] सिलिकॉन

39] पितळ मिश्रधातूमध्ये कोणते धातू असतात?
अ] तांबे आणि ॲल्युमिनियम
B] तांबे आणि शिसे
C] तांबे आणि जस्त
D] तांबे आणि कथील

40] कोणत्या कास्ट आयर्नला वेल्डेड करता येत नाही?
अ] राखाडी कास्ट आयर्न
ब] पांढरे कास्ट आयर्न
C] निंदनीय कास्ट आयर्न
D] नोड्युलर कास्ट आयर्न

41] कोणता धातू बनावट करता येत नाही?
अ] मिश्रधातूचे पोलाद
ब] सौम्य पोलाद
क] स्टील
डी] कास्ट लोह

42] मशिनरी पार्ट्सचे कास्टिंग करण्यासाठी कोणत्या धातूचा मोठ्या प्रमाणावर वापर केला जातो?
अ] राखाडी कास्ट आयर्न
ब] पांढरे कास्ट आयर्न
C] निंदनीय कास्ट आयर्न
ड] लोह

43] लोखंडापासून पिग आयर्न मिळविण्यासाठी कोणत्या भट्टीचा वापर केला जातो?
A] रिव्हर बॅटरी
ब] विद्युत भट्टी
C] स्फोट भट्टी
ड] कपोला
44] कास्ट आयर्न मिळविण्यासाठी भट्टीचे नाव काय आहे?
अ] कपोला
B] स्फोट भट्टी
C] रिव्हर बॅटरी
डी] विद्युत भट्टी
45] लो कार्बन स्टीलचे दुसरे नाव काय आहे?
अ] कमी मिश्रधातूचे स्टील
ब] उच्च मिश्र धातुचे स्टील
C] हाय स्पीड स्टील
D] सौम्य पोलाद
46] मध्यम कार्बन स्टीलमध्ये कार्बन टक्केवारी किती आहे?
अ] ०.०५% ते ०.१५%
ब] ०.१५% ते ०.२५%
C] ०.२५% ते ०.५%
डी] ०.५% ते १.५%
47] कमी कार्बन स्टीलमध्ये कार्बन टक्केवारी किती आहे?
अ] ०.०२% ते ०.०३%
ब] ०.१५% ते ०.२५%
क] ०.२५% ते ०.५०%
डी] ०.५०% ते १.५०%
48] उच्च कार्बन स्टीलमध्ये कार्बन टक्केवारी किती आहे?
अ] ०.०२% ते ०.०३%
ब] ०.१५% ते ०.२५%
क] ०.२५% ते ०.५०%
डी] ०.५०% ते १.५०%
49] ॲल्युमिनियमचे धातू काय आहे?
अ] हेमॅटाइट
ब] मल्लाटाइट
C] बॉक्साईट

डी] लेमोनाइट

50] धातूचा कोणता गुणधर्म त्यास सक्षम करतो ज्याद्वारे तो फाटल्याशिवाय तणावाखाली तारांमध्ये काढता येतो?

अ] लवचिकता

ब] निंदनीयता

क] कडकपणा

ड] ठिसूळपणा

51] खालीलपैकी कोणता इन्सुलेटर आहे?

अ] तांबे

ब] ॲल्युमिनियम

C] चांदी

D] मीका

52] पॉवर केबल्स आणि कंट्रोल वायरसाठी कोणते रबर इन्सुलेटर म्हणून वापरले जाते?

अ] बुटाइल

B] हायपलोन

C] सिलिकॉन

D] नायट्रेट बुटाडीन

53] कायमस्वरूपी चुंबक तयार करण्यासाठी कोणते मिश्र स्टील वापरले जाते?

अ] सिलिकॉन स्टील

B] मँगनीज स्टील

C] व्हॅनेडियम स्टील

D] कोबाल्ट स्टील

54] ओव्हर हेड लाईन्समध्ये कोणता इन्सुलेटर वापरला जातो?

अ] मीका

ब] रबर

C] PVC

D] पोर्सिलेन

55] स्विच बनवण्यासाठी कोणती इन्सुलेट सामग्री वापरली जाते?

अ] पोर्सिलेन

B] PVC

C] बेकेलाइट

डी] इबोनाइट

56] उच्च व्होल्टेज लागू केल्यावर ब्रेक डाऊन किंवा पंक्चर होण्यासाठी इन्सुलेटरच्या गुणधर्माचे नाव काय आहे?

अ] डाय-इलेक्ट्रिक ताकद

B] विशिष्ट प्रतिकार

C] यांत्रिक शक्ती

D] शोषण न होणे

57] मौल्यवान वाद्य बनवण्यासाठी कोणते मिश्र स्टील वापरतात?

अ] सिलिकॉन स्टील

B] मँगनीज स्टील

C] इनवार स्टील

डी] व्हॅनेडियम

58] फाईल्स आणि कोल्ड छिन्नी बनवण्यासाठी कोणते स्टील वापरले जाते?

अ] कमी कार्बन स्टील

B] मध्यम कार्बन स्टील

C] उच्च कार्बन स्टील

D] स्टेनलेस स्टील

उत्तरे

1]C; २]ब; ३]ब; 4]ब; 5]C; 6]ब; 7]अ; 8]डी; 9]ब; 10]डी; 11]ब; 12]डी; 13]ब; 14]ब; 15]ब; 16]C; 17]ब; 18]C; 19]अ; 20]C; 21]डी; 22]C; 23]अ; 24]डी; 25]ब; 26]ब; 27]C; २८]अ; 29]ब; ३०]डी; ३१]ब; 32]ब; ३३]अ; ३४]C; 35]ब; 36]C; 37]C; 38]C; 39]C; ४०]ब; ४१]डी; ४२]अ; 43]C; ४४]अ; ४५]डी; 46]C; 47]ब; 48]डी; 49]C; ५०]अ; ५१]डी; ५२]C; 53]डी; 54]डी; ५५]C; 56]अ; 57]C; 58]C;

6

Heat and Temperature and Pressure MCQ उष्णता आणि तापमान आणि दाब MCQ

Scan for Theory Videos

1] कोणत्या प्रकारचा उष्णतेचा प्रसार वरच्या प्रवाहाने होतो?

अ] वहन

B] संवहन

C] रेडिएशन

डी] प्रतिबिंब

2] उष्णतेच्या प्रसाराची रेडिएशन पद्धत कोणती आहे?

अ] लोखंडी रॉड त्याच्या एका टोकाने गरम करून दुसऱ्या टोकाला उष्णता प्रसारित केली जाते

ब] पाणी गरम करताना थंड पाणी वरून खालपर्यंत जाते

C] गरम वायूंवर, उष्णता सभोवताली प्रसारित होते

ड] सूर्याची उष्णता अंतराळातून प्रवास करते

3] गरम केल्यावर घनाची लांबी वाढल्यास काय म्हणतात?

अ] रेखीय विस्तार

ब] वरवरचा विस्तार

C] घनरूप विस्तार

D] क्षेत्र विस्तार

4] तापमानातील वाढीव प्रति युनिट मूळ लांबीमध्ये होणाऱ्या बदलाला काय म्हणतात?

अ] घर्षणाचे सह-कार्यक्षमता

B] रेखीय विस्ताराचे सह-कार्यक्षमता

C] वरवरच्या विस्ताराचे सह-कार्यक्षमता

D] घन विस्ताराचे सह-कार्यक्षमता

5] रेखीय विस्ताराच्या सह-कार्यक्षमतेचे एकक काय आहे?

A] संख्या /°C

B] संख्या /°C / मीटर लांबी

C] संख्या /°C / मिमी लांबी

D] संख्या /°C / सेमी लांबी

6] 2 x रेखीय विस्तारासाठी कोणती संज्ञा वापरली जाते?

अ] घर्षणाचे सह-कार्यक्षमता

B] रेखीय विस्ताराचे सह-कार्यक्षमता

C] वरवरच्या विस्ताराचे सह-कार्यक्षमता

D] घन विस्ताराचे सह-कार्यक्षमता

7] 3 x रेखीय विस्ताराला काय म्हणतात?

अ] घर्षणाचे सह-कार्यक्षमता

B] रेखीय विस्ताराचे सह-कार्यक्षमता

C] वरवरच्या विस्ताराचे सह-कार्यक्षमता

D] घन विस्ताराचे सह-कार्यक्षमता

8] 20°C वर 100 मीटर लांब आणि 100°C वर 100.14 मीटर लांब आढळल्यास रॉडच्या रेखीय विस्ताराचा सह-कार्यक्षमता काय आहे?

अ] १.७५ x १०^{-4}

B] 1.75 x 10^{-5}

क] 1.75 x 10^{-6}

डी] 1.75 x 10^{-7}

9] पदार्थाच्या एकक वस्तुमानाचे तापमान 1°C पर्यंत वाढवण्यासाठी आवश्यक असलेल्या उष्णतेच्या प्रमाणाला काय म्हणतात?

अ] संवेदनशील उष्णता

ब] सुप्त उष्णता

C] विशिष्ट उष्णता

D] उष्णता मिसळणे

10] किती प्रमाणात उष्णता आवश्यक आहे? m = 120 लिटर t1 = 20°C t2 = 85°CS = 4.2 Q = ______ KJ

A] 32750 KJ

ब] ३२७६० केजे

C] 32770 KJ

डी] 32780 KJ

11] 85.5 ग्रॅम वाळूचे तापमान 20°C वरून 35°C पर्यंत वाढविण्यासाठी आवश्यक असलेल्या उष्णतेचे प्रमाण मोजा. वाळूची विशिष्ट उष्णता = 0.1.

अ] १२८.२५ ज्युल्स

B] १२५.२८ ज्युल्स

C] १२८.२६ ज्युल्स

D] १२६.२८ ज्युल्स

12] 170 ग्रॅम सामग्रीचे तापमान 50°C वरून 80°C पर्यंत वाढविण्यासाठी 510 कॅलरीजची आवश्यकता असल्यास सामग्रीची विशिष्ट उष्णता काय आहे?

अ] ०.१

ब] ०.०१

क] १.१

डी] १.११

13] 300 ग्रॅम तांबे (sp.heat 0.092 cal/gram) चे तापमान Kcal मध्ये 25°C वरून 75°C पर्यंत वाढवण्यासाठी किती उष्णतेची आवश्यकता आहे?

A] 138 Kcal

B] 1.38 Kcal

C] 207 Kcal

D] 2.07 Kcal

14] 400 किलो वजनाच्या तांब्याचे पिंड 30 डिग्री सेल्सिअस ते 72 डिग्री सेल्सिअस पर्यंत फोर्जिंगसाठी किती उष्णता शोषून घेते? (तांब्याची उष्णता ०.०९ आहे)

A] 1521 Kcal

B] 1251 Kcal

C] 1512 Kcal

D] 1215 Kcal

15] किरणोत्सर्ग, वहन आणि संवहन यांच्याद्वारे उष्णतेचा प्रवाह प्रतिबंधित करणाऱ्या पदार्थांना काय म्हणतात?

अ] कंडक्टर

ब] इन्सुलेटर

C] फेरस

D] नॉन-फेरस

16] कोणता उष्णता विद्युतरोधक आहे?

A] थर्मोकोल

ब] तांबे

क] पितळ

डी] ॲल्युमिनियम

17] कोणती थर्मल चालकता सर्वात जास्त आहे?

अ] घन बर्फ

ब] वितळणारा बर्फ

क] पाणी

ड] वाफ

18] खालीलपैकी कोणता उष्णता इन्सुलेट सामग्रीचा गुणधर्म नाही?

अ] कमी चालकता

ब] आगीचा प्रतिकार

C] कमी आर्द्रता शोषण

ड] लवचिकता

19] रेफ्रिजरेटर्समध्ये कोणते इन्सुलेट सामग्री सर्वात जास्त वापरली जाते?

A] थर्मोकोल

B] पॉलीयुरेथेन

C] काचेचे लोकर

डी] कॉर्क शीट

20] कोणता खराब उष्णता इन्सुलेटर आहे?

पेला

ब] कॉर्क

क] रबर

ड] धूळ पाहिली

21] कुठलेही घन पदार्थ ज्या तापमानात वितळते त्या तापमानाला काय म्हणतात?

अ] उत्कलन बिंदू

ब] वितळण्याचा बिंदू

C] संलयनाची सुप्त उष्णता

D] बाष्पीकरणाची सुप्त उष्णता

22] ॲल्युमिनियमचा वितळण्याचा बिंदू काय आहे?

A] 660°C

B] 680°C

C] 670°C

D] ६२०° से

23] ॲल्युमिनियमचा उत्कलन बिंदू काय आहे?

अ] १८९७° से

ब] २५१९° से

C] 2469°C

D] ६६०°C

24] पाण्याचा उत्कलन बिंदू काय आहे?

A] 0°C

ब] ३२°से

C] 100°C

D] २१२° से

25] पाराचा वितळण्याचा बिंदू काय आहे?

A] -357°C

B] -209°C

C] -7.1°C

D] -38.72°C

26] पाराचा उत्कलन बिंदू काय आहे?

A] 357°C

B] 280°C

C] 759°C

D] ७६७°C

7

Basic Electricity MCQ
मूलभूत विद्युत MCQ

Scan for Theory Videos

27] कोणते यंत्र यांत्रिक ऊर्जेचे विद्युत उर्जेत रूपांतर करते?
A] बॅटरी
ब] जनरेटर
C] हीटर
D] लोखंडी पेटी
28] विद्युत् प्रवाहाचे एकक कोणते?

अ] अँपिअर

ब] व्होल्ट

C] ओम

ड] वॅट

29] प्रतिकारशक्तीचे एकक कोणते?

अ] अँपिअर

ब] व्होल्ट

C] ओम

ड] वॅट

30] कोणत्याही कंडक्टरमध्ये इलेक्ट्रॉनचा प्रवाह काय असतो?

अ] व्होल्टेज

ब] वर्तमान

C] प्रतिकार

ड] शक्ती

31] पदार्थाचा कोणता गुणधर्म विद्युत प्रवाहाच्या प्रवाहाला विरोध करतो?

अ] वर्तमान

ब] व्होल्टेज

C] प्रतिकार

D] EMF

32] कोणता चांगला कंडक्टर आहे?

अ] तांबे

ब] कास्ट लोह

क] लोखंड

ड] स्टील

33] खनिज विद्युतरोधक कोणते?

पेला

ब] क्वार्ट्ज

C] मीका

D] पोर्सिलेन

34] 3 ohms, 9 ohms आणि 5 ohms चे तीन प्रतिरोध मालिकेत जोडलेले असल्यास एकूण प्रतिकार किती आहे?

A] 11 ओम

B] 7 ओम

C] 17 ohms

D] 1/17 ohms

35] 4 ohms आणि 6 ohms चे दोन रेझिस्टन्स समांतर जोडलेले असल्यास एकूण रेझिस्टन्स किती आहे?

अ] २.४/१०

ब] 24/10

C] 10/24

डी] १०/२.४

36] अनुक्रमे 4 ohms, 6 ohms आणि 8 ohms चे तीन रेझिस्टन्स समांतर जोडलेले असल्यास एकूण रेझिस्टन्स किती आहे?

अ] २४

ब] १३

क] २४/१३

डी] 13/24

37] सर्किटमधील रेझिस्टर्सच्या सीरिज कनेक्शनमध्ये कोणते समान असते?

अ] वर्तमान

ब] व्होल्टेज

C] प्रतिकार

ड] शक्ती

38] कोणता नियम सांगतो की स्थिर तापमानात बंद सर्किटमधून जाणारा विद्युत् प्रवाह संभाव्य फरकाच्या थेट प्रमाणात आणि प्रतिकाराच्या व्यस्त प्रमाणात असतो?

अ] ओम्स नियम

ब] लेन्झ कायदा

C] न्यूटनचा नियम

ड] हुकचा कायदा

39] प्रतिकार म्हणजे काय? I = 11.5 Amps V = 380 व्होल्ट R = ________Ohms

A] 13 ohms

B] 23 ohms

C] 33 ohms

D] 43 ohms

४०] विद्युतप्रवाह म्हणजे काय? R = 50 Ohms 220 व्होल्ट I =_______Amps

A] 4.1 Amps

B] 4.2 Amps

C] 4.3 Amps

D] 4.4 Amps

41] व्होल्टेज म्हणजे काय? R = 250 Ohms I = 0.44 Amps V = ______Volts

A] 100 व्होल्ट

B] 105 व्होल्ट

C] 108 व्होल्ट

D] 110 व्होल्ट

42] ओम नियमानुसार कोणते विधान बरोबर आहे?

A] I µ 1/V

B] I µ R

C] I µ V/R

D] I µ R/V

43] 6 व्होल्टच्या बल्बने 0.5 Amps चा विद्युतप्रवाह काढल्यास फिलामेंट रेझिस्टन्स किती असतो?

A] 12 Ω

B] 10 Ω

क] ३ Ω

D] 1.2 Ω

44] 1 वॅट तासात किती वॅट सेकंद?

A] 1000 वॅट से

B] 2000 वॅट से

C] 3600 वॅट से

D] 4000 वॅट से

45] एका व्होल्टच्या ईएमएफमुळे 1 अँपिअरचा विद्युत प्रवाह निर्माण झाल्यास त्याची शक्ती काय असते?

A] 1 वॅट

B] 1 किलोवॅट

C] 1 HP

D] 1 किलोवॅट तास

46] विद्युत शक्तीच्या बरोबरी कोणती आहे?

A] R^2 I वॅट्स

B] I^2 R वॅट्स

C] R^2 / I वॅट्स

D] I^2/R वॅट्स

47] इलेक्ट्रिक हिटरने 200 व्होल्ट्सवर 10 amps चा करंट काढल्यास किती वीज लागते?

A] 2000 वॅट्स

B] 2010 वॅट्स

C] 2020 वॅट्स

D] 2030 वॅट्स

48] विद्युत लोखंडाचे मानांकन 220 V आणि 500 वॅट असल्यास विद्युत लोखंडाचा प्रतिकार किती असतो?

A] 94.8 ohms

B] 95.8 ohms

C] 96.8 ohms

D] 97.8 ohms

49] विसर्जन हीटरचे व्होल्टेज किती आहे? P = 500 वॅट्स I = 2.27 Amps V = _______Volts

A] 200.3 व्होल्ट

B] 210.3 व्होल्ट

C] 220.3 व्होल्ट

D] 230.3 व्होल्ट

50] एकक विद्युत शक्ती कोणती आहे?

अ] व्होल्ट

ब] ओम्स

C] वॅट्स

D] अँपिअर

51] बल्बमधील वर्तमान प्रवाह काय आहे? P = 550 वॅट्स R = 22 Ohms I = _______Amps

A] 2 Amps

B] 3 Amps

C] 4 Amps

D] 5 Amps

52] शक्ती किती आवश्यक आहे? I = 0.455 Amps R = 484 Ohms P = ______Watts

A] 98.2 वॅट्स

B] 99.2 वॅट्स

C] 100.2 वॅट्स

D] 101.2 वॅट्स

53] समायोज्य रेझिस्टरला खालील लेबल 1.5 k ohms/ 0.08A असल्यास रेट केलेली पॉवर किती आहे?

A] 9.2 वॅट्स

B] 9.4 वॅट्स

C] 9.6 वॅट्स

D] 9.8 वॅट्स

54] ४० वॅटचा फ्लोरोसेंट दिवा ०.१० अँपिअरचा विद्युतप्रवाह काढण्यासाठी किती व्होल्टेज लागेल?

A] 390 व्होल्ट

B] 395 व्होल्ट

C] 400 व्होल्ट

D] 405 व्होल्ट

55] 100 वॅट्सच्या बल्बला 1 kwh ऊर्जा वापरण्यासाठी किती तास लागतील? W = 1 Kwh P = 100 वॅट्स t = ______ तास

A] 10 तास

B] 12 तास

C] 18 तास

D] 24 तास

8

Trigonometry MCQ त्रिकोणमिती MCQ

Scan for Theory Videos

56] एका रेडियन बरोबर किती अंश असतात?

A] π°/360

B] ३६०°/π

C] π°/180

D] 180°/π

57] sinθ बरोबर कोणते?

अ] विरुद्ध बाजू / हायपोटेन्युज
B] कर्णकण / विरुद्ध बाजू
C] लगतची बाजू / हायपोटेन्युज
D] हायपोटेन्युज / समीप बाजू
58] cosθ बरोबर काय आहे?
अ] हायपोटेन्युज / समीप बाजू
B] लगतची बाजू / हायपोटेन्युज
C] विरुद्ध बाजू / हायपोटेन्युज
D] हायपोटेन्युज / विरुद्ध बाजू
59] tanθ बरोबर काय आहे?
अ] विरुद्ध बाजू / हायपोटेन्युज
B] लगतची बाजू / हायपोटेन्युज
C] विरुद्ध बाजू / समीप बाजू
D] लगतची बाजू / विरुद्ध बाजू
60] sinθ = 4/5 असल्यास tanθ चे मूल्य किती आहे?
अ] ४/५
ब] ५/३
क] ३/४
ड] ४/३
61] sinθ = √3/2 असल्यास θ चे मूल्य किती आहे?
A] 30°
B] ४५°
C] 60°
D] 90°
62] sin 45° = 1/√2 असल्यास टॅन 45° चे मूल्य किती आहे?
अ] १/√२
ब] √3/2
क] १
D] 1/√3
63] cos 30° = √3/2 असल्यास sin 30° चे मूल्य काय आहे?
A] √3/2
ब] १/२
क] 1/√3
D] 1/√2
64] 1 + $\cot^2\theta$ म्हणजे काय?

A] se²q

B] cosec²q

C] cot²q

D] tan²q

उत्तरे

1]ब; 2]डी; ३]अ; 4]ब; 5]अ; 6]C; 7]डी; 8]ब; 9]C; 10]ब; 11]अ; 12]अ; 13]ब; 14]C; 15]ब; 16]अ; 17]अ; 18]डी; 19]ब; 20]अ; 21]ब; 22]अ; 23]ब; 24]C; २५]डी; 26]अ; 27]ब; २८]अ; 29]C; ३०]ब; ३१]C; ३२]अ; ३३]C; ३४]C; 35]ब; 36]C; 37]अ; 38]अ; 39]C; 40]डी; ४१]डी; ४२]C; ४३]अ; ४४]C; ४५]अ; 46]ब; 47]अ; 48]C; 49]C; 50]C; ५१]डी; ५२]C; ५३]C; ५४]C; ५५]अ; 56]डी; 57]अ; ५८]ब; ५९]C; 60]डी; ६१]C; ६२]C; ६३]ब; ६४]ब;

1] युनिट्सच्या प्रणालीचे दोन वर्गीकरण काय आहेत?

अ] ब्रिटिश आणि मेट्रिक

B] गुरुत्वाकर्षण आणि गैर-गुरुत्वाकर्षण

C] मूलभूत आणि व्युत्पन्न

D] मेट्रिक आणि आंतरराष्ट्रीय

2] मूलभूत एकके काय आहेत?

अ] लांबी, वस्तुमान, आकारमान

ब] लांबी, वस्तुमान, वेळ

C] लांबी, वस्तुमान, क्षेत्रफळ

D] लांबी, दाब, आवाज

3] MKS सिस्टीममधील अक्षर M म्हणजे काय?

अ] मैल

ब] मीटर

C] मिलीमीटर

डी] मायक्रॉन

4] 1 इंच मध्ये किती मिलीमीटर असतात?

A] 2.54 मिमी

B] 25.4 मिमी

C] 24.5 मिमी

D] 2.45 मिमी

5] 12, 18, 6, 36 चे LCM किती आहे?

अ] १२

ब] १८

क] ३६

डी] ४२

6] 18, 42, 24 चा HCF काय आहे?

अ] २

ब] ६

क] १८

डी] २४

11] 0.003 x 0.5 चे गुणाकार काय आहे?

अ] ०.००१५

ब] ०.००१५

C] ०.०१५

डी] ०.१५

13] 225 मीटर लांबीची तांब्याची तार 900 समान भागांमध्ये कापून प्रत्येक भागाची लांबी किती आहे?

A] 0.23 मीटर

B] 0.25 मीटर

C] 0.28 मीटर

डी] 0.29 मीटर

14] 529 चे वर्गमूळ किती आहे?

अ] १३

ब] २३

क] ३३

डी] ४३

15] 0.017 चे वर्गमूळ किती आहे?

अ] ०.००१

ब] ०.१३

C] ०.००००१

D] ०.००००००१

16] गुणोत्तराची व्याख्या काय आहे?

अ] एकाच प्रकारच्या दोन प्रमाणांचा संबंध

B] वेगवेगळ्या प्रकारच्या दोन प्रमाणांचा संबंध

C] दोन गुणोत्तरांमधील समानता

D] दोन गुणोत्तरांमधील असमानता

17] 4 kg ते 800 gram चे गुणोत्तर काय आहे?

अ] ५] १

ब] ४] ८

क] ८] ४

डी] २] ४

18] 80 ची किती टक्केवारी 20 आहे?

अ] ०.८

ब] ०.४

क] ०.२५

डी] ०.२

19] 40 किलोचे 8% किती आहे?

अ] २.२ किलो

ब] ३.२ किलो

C] 4.2 किलो

डी] 5.2 किलो

21] 0.456 दशांश अपूर्णांकाचे टक्केवारीत रूपांतर करायचे?

अ] ४५.६%

ब] ०.०४५६ %

क] ०.४५६%

डी] ०.०४५६%

22] x2 + 62 = 102 चे x मूल्य किती आहे?

अ] ४

ब] ६

क] ८

डी] १०

23] दशांश संख्या 550.37 चे वर्गमूळ किती आहे?

अ] २१.२६

ब] २२.२६

C] 22.46

डी] २३.४६

24] Ö8 + Ö18 - 2Ö2 चे मूल्य काय आहे?

अ] २.२४

ब] ३.२४

क] ४.२४

डी] ५.२४

25] AC = 10 सेमी आणि BC = 6 सेमी असल्यास बाजू AB किती आहे?

A] 8 सेमी
B] 6 सेमी
C] 5 सेमी
D] 4 सेमी

26] BC = 15 सेमी आणि AC = 9 सेमी असल्यास बाजू AB किती आहे?
A] 4 सेमी
B] 8 सेमी
C] 10 सेमी
D] 12 सेमी

27] AB = 7 सेमी आणि BC = 5 सेमी असल्यास बाजूच्या AC चे मूल्य किती असेल?
A] 8.2 सेमी
B] 8.6 सेमी
C] 8.4 सेमी
D] 8.1 सेमी

28] एकूण लांबी (L) 2.75 मीटर आणि L1] L2 = 2] 3 असल्यास L2 लांबी किती आहे?
अ] १.१ मीटर
B] 1.25 मीटर
C] 1.65 मीटर
D] 1.75 मीटर

29] एका मेकॅनिकने 3 दिवसात 8 मशीन असेंबल केल्यास 64 मशीन असेंबल करण्यासाठी किती दिवस लागतात?
A] 20 दिवस
B] 22 दिवस
C] २४ दिवस
D] २६ दिवस

30] 180 मिमी व्यासाचा 60 मिमी व्यासाचा गियर आणि मोठा गियर 60 आरपीएम बनविल्यास लहान गियरचा आरपीएम किती असेल?
A] 120 rpm
B] 140 rpm
C] 160 rpm
D] 180 rpm

31] तांब्याचे निर्णायक वजन 42.3 किलो आणि टिनचे वजन 2.7 किलो असल्यास तांब्याची टक्केवारी किती आहे?
अ] घन ९२%

ब] घन ९४%

क] घन 96%

डी] घन 98%

32] मोटार सायकलचा टायर 300/- रुपयांना विकला गेला तर त्यात 25% नफा जोडल्यास त्याची खरेदी किंमत किती आहे.

अ] २०० रु

ब] रु. 220

क] २४० रु

ड] रु. 260

33] 18.5% च्या रूपांतरणाचा दशांश अपूर्णांक किती आहे?

अ] ०.१८५

ब] ०.१७५

क] ०.१६५

डी] ०.१९५

34] कोणता नॉन-मेटल आहे?

अ] बुध

B] ग्रेफाइट

क] पितळ

डी] लोखंड

35] कोणत्या धातूमध्ये लोह हे मुख्य घटक आहे?

अ] पितळ धातू

B] कांस्य धातू

C] झिंक

D] फेरस धातू

36] लोखंड नसलेल्या धातूचे नाव काय आहे?

अ] फेरस धातू

ब] नॉन-फेरस धातू

C] इन्सुलेट धातू

D] नॉन-इन्सुलेट धातू

37] खालीलपैकी कोणता गुणधर्म धातूचा यांत्रिक गुणधर्म आहे?

अ] व्यवहार्यता

ब] लवचिकता

क] गंज

D] रचना

38] ठिसूळ धातू कोणता?

अ] कास्ट लोह

ब] स्टील

C] सौम्य पोलाद

D] मिश्रधातूचे पोलाद

39] धातूचा कोणता यांत्रिक गुणधर्म कटिंग टूलमध्ये लवचिक विकृतीला प्रतिकार देतो? अ] लवचिकता

ब] निंदनीयता

क] कडकपणा

ड] कणखरपणा

40] साहित्याचा कोणता गुणधर्म फ्रॅक्चरशिवाय कायमस्वरूपी विकृती निर्माण करण्यास सक्षम करतो?

अ] लवचिकता

B] प्लॅस्टिकिटी

क] लवचिकता

ड] ठिसूळपणा

41] प्रयुक्त बल सोडल्यानंतर धातूच्या कोणत्या गुणधर्मामध्ये त्याच्या मूळ आकारात परत येण्याची शक्ती असते?

अ] निंदनीयता

ब] दृढता

क] लवचिकता

D] प्लॅस्टिकिटी

42] उष्णता लागू केल्यावर त्याच्याकडे असलेल्या धातूचा कोणता गुणधर्म वितळतो?

अ] चालकता

ब] निंदनीयता

C] फ्यूजिबिलिटी

ड] दृढता

43] विद्युत दिव्यामध्ये फिलामेंट म्हणून कोणता मिश्र धातु वापरला जातो?

अ] कोबाल्ट

ब] व्हॅनेडियम

C] टंगस्टन

D] सिलिकॉन

44] पितळ मिश्रधातूमध्ये कोणते धातू असतात?

अ] तांबे आणि ॲल्युमिनियम

B] तांबे आणि शिसे
C] तांबे आणि जस्त
D] तांबे आणि कथील
45] कोणत्या कास्ट आयर्नला वेल्डेड करता येत नाही?
अ] राखाडी कास्ट आयर्न
ब] पांढरे कास्ट आयर्न
C] निंदनीय कास्ट आयर्न
D] नोड्युलर कास्ट आयर्न
46] कोणता धातू बनावट करता येत नाही?
अ] मिश्रधातूचे पोलाद
ब] सौम्य पोलाद
क] स्टील
डी] कास्ट लोह
47] मशिनरी पार्ट्सचे कास्टिंग करण्यासाठी कोणत्या धातूचा मोठ्या प्रमाणावर वापर केला जातो?
अ] राखाडी कास्ट आयर्न
ब] पांढरे कास्ट आयर्न
C] निंदनीय कास्ट आयर्न
ड] लोह
48] लोखंडापासून पिग आयर्न मिळविण्यासाठी कोणत्या भट्टीचा वापर केला जातो?
अ] सौम्य स्टील - रिव्हर बॅटरी
ब] विद्युत भट्टी
C] स्फोट भट्टी
ड] कपोला
49] कास्ट आयर्न मिळविण्यासाठी भट्टीचे नाव काय आहे?
अ] कपोला
ब] सौम्य स्टील - स्फोट भट्टी
C] स्टील - रिव्हर बॅटरी
D] मिश्र धातु - विद्युत भट्टी
50] लो कार्बन स्टीलचे दुसरे नाव काय आहे?
अ] कमी मिश्रधातूचे स्टील
ब] उच्च मिश्र धातुचे स्टील
C] हाय स्पीड स्टील
D] सौम्य पोलाद

51] मध्यम कार्बन स्टीलमध्ये कार्बन टक्केवारी किती आहे?

अ] ०.०५% ते ०.१५%

ब] ०.१५% ते ०.२५%

C] ०.२५% ते ०.५%

डी] ०.५% ते १.५%

52] कमी कार्बन स्टीलमध्ये कार्बन टक्केवारी किती आहे?

अ] ०.०२% ते ०.०३%

ब] ०.१५% ते ०.२५%

क] ०.२५% ते ०.५०%

डी] ०.५०% ते १.५०%

53] उच्च कार्बन स्टीलमध्ये कार्बन टक्केवारी किती आहे?

अ] ०.०२% ते ०.०३%

ब] ०.१५% ते ०.२५%

क] ०.२५% ते ०.५०%

डी] ०.५०% ते १.५०%

54] ॲल्युमिनिअमचे धातू काय आहे?

अ] हेमॅटाइट

ब] मल्लाटाइट

C] बॉक्साईट

डी] लेमोनाइट

55] धातूचा कोणता गुणधर्म त्यास सक्षम करतो ज्याद्वारे तो फाटल्याशिवाय तणावाखाली तारांमध्ये काढता येतो?

अ] लवचिकता

ब] निंदनीयता

क] कडकपणा

ड] ठिसूळपणा

56] खालीलपैकी कोणता इन्सुलेटर आहे?

अ] तांबे

ब] ॲल्युमिनियम

C] चांदी

D] मीका

57] पॉवर केबल्स आणि कंट्रोल वायरसाठी कोणते रबर इन्सुलेटर म्हणून वापरले जाते?

अ] बुटाइल

B] हायपॅलोन

C] सिलिकॉन

D] नायट्रेट बुटाडीन

58] कायमस्वरूपी चुंबक तयार करण्यासाठी कोणते मिश्र स्टील वापरले जाते?

अ] सिलिकॉन स्टील

B] मँगनीज स्टील

C] व्हॅनेडियम स्टील

D] कोबाल्ट स्टील

59] ओव्हर हेड लाईन्समध्ये कोणता इन्सुलेटर वापरला जातो?

अ] मीका

ब] रबर

C] PVC

D] पोर्सिलेन

60] स्विच बनवण्यासाठी कोणती इन्सुलेट सामग्री वापरली जाते?

अ] पोर्सिलेन

B] PVC

C] बेकेलाइट

डी] इबोनाइट

61] इन्सुलेशनच्या गुणधर्माचे नाव काय आहे ज्याला उच्च व्होल्टेज लागू केल्यावर ब्रेक डाउन किंवा पंक्चर करावे लागेल?

अ] डाय-इलेक्ट्रिक ताकद

B] विशिष्ट प्रतिकार

C] यांत्रिक स्ट्रेंथ

D] शोषण न होणे

62] मौल्यवान वाद्य बनवण्यासाठी कोणते मिश्र स्टील वापरतात?

अ] सिलिकॉन स्टील

B] मँगनीज स्टील

C] इनवार स्टील

डी] व्हॅनेडियम

63] फाईल्स आणि कोल्ड छिन्नी बनवण्यासाठी कोणते स्टील वापरले जाते?

अ] कमी कार्बन स्टील

B] मध्यम कार्बन स्टील

C] उच्च कार्बन स्टील

D] स्टेनलेस स्टील

64] शरीरात असलेल्या पदार्थाचे प्रमाण काय म्हणतात?

अ] घनता
ब] खंड
क] वस्तुमान
डी] विशिष्ट गुरुत्व
65] कोणती शक्ती आहे जिच्या सहाय्याने पृथ्वी त्याच्या केंद्राकडे आकर्षित होते?
अ] वस्तुमान
ब] वजन
क] खंड
D] घनता
66] पदार्थाच्या प्रति युनिट व्हॉल्यूमला वस्तुमान काय म्हणतात?
अ] वस्तुमान
ब] वजन
C] घनता
D] खंड
67] पदार्थाच्या घनतेतील पाण्याच्या घनतेच्या 4°C या गुणोत्तराला काय म्हणतात?
अ] घनता
B] विशिष्ट गुरुत्व
क] वस्तुमान
D] वजन
68] ॲल्युमिनियमची घनता किती आहे?
A] 2.7 g/cm3
B] 3.7 g/cm3
C] 4.7 g/cm3
D] 5.7 g/cm3
69] जर एखाद्या शरीराची घनता 7.6 g/cm3 असेल आणि त्याची मात्रा 25 cm3 असेल तर वस्तुमान किती असेल?
A] 190 ग्रॅम
B] 200 ग्रॅम
C] 210 ग्रॅम
डी] 220 ग्रॅम
70] घनाची घनता 19.5 g/cm3 असल्यास घनाचे विशिष्ट गुरुत्व काय असते?
अ] १८.०
ब] १८.५
क] १९.०
डी] १९.५

71] लोखंडाच्या घनाच्या g/cm3 मध्ये घनता (r) किती असेल, जर त्याचे वजन (W) 4.8 kg असेल आणि मात्रा (V) 640 cm3 असेल तर?

A] 6.6 g/cm3

B] 6.9 g/cm3

C] 7.2 g/cm3

डी] ७.५ ग्रॅम/सेमी ३

72] जर पाराचे वस्तुमान (m) 1 kg असेल आणि घनता (r) 13.6 g/cm3 असेल तर cm3 मध्ये पाराचे आकारमान (V) किती असेल?

A] 73.53 cm3

B] 73.43 सेमी3

C] 73.33 cm3

D] ७३.२३ सेमी ३

73] 15 डायरच्या बलाने द्रव्यमान m वर क्रिया केल्यास 2.5 cm/sec2 चा प्रवेग निर्माण केल्यास ग्रॅममध्ये वस्तुमान किती असेल?

A] 9 ग्रॅम

B] 8 ग्रॅम

C] 7 ग्रॅम

D] 6 ग्रॅम

74] धातूच्या तुकड्याचे वजन हवेत 150 ग्रॅम आणि पाण्यात 125 ग्रॅम असल्यास धातूचे विशिष्ट गुरुत्व काय असते?

अ] ६

ब] १०

क] १५

डी] २५

75] पाराचे वस्तुमान (m) 136 ग्रॅम (g) आणि पाराची घनता (r) 13.6 g/cm3 असल्यास, cm3 मध्ये पाराचे प्रमाण किती आहे?

A] 136 cm3

B] 13.6 सेमी3

C] 10.6 cm3

D] 10.0 सेमी3

76] खंड (V) 320 cm3 आणि घनता 8.9 g/cm3 असल्यास, ब्लॉकचे वजन (W) किलोमध्ये किती आहे?

अ] २.९४८ किग्रॅ

ब] 2.848 किलो

C] 2.648 किलो

डी] 2.448 किग्रॅ

77] जर धातूचे वजन हवेत 6.5 kgf आणि पाण्यात 3.5 kgf असेल तर त्या धातूचे विशिष्ट गुरुत्व काय असते?

अ] ६.१६६

ब] ३.१६६

क] २.१६६

डी] १.१६६

78] 800 किलो वजन असलेल्या कारचे वजन किती आहे? (ग्रा = 9.81 मी/सेकंद घ्या)

A] 7848 न्यूटन

B] 7748 न्यूटन

C] 7847 न्यूटन

डी] ७४८७ न्यूटन

79] वेगाचे सूत्र काय आहे?

अ] कव्हर केलेले अंतर/वेळ

B] वेग/वेळेतील बदल

C] निश्चित दिशेने अंतर/वेळ

D] गती/वेळेत बदल

80] वेगाचे एकक काय आहे?

अ] मीटर/सेकंद

B] मीटर/सेकंद2

C] मीटर/मिनिट

D] मीटर/तास

81] वेगाचे सूत्र काय आहे?

अ] कव्हर केलेले अंतर/वेळ

ब] विस्थापन/वेळ

C] वेग/वेळेतील बदल

D] गती/वेळेतील बदल

82] वेगाचे एकक काय आहे?

अ] मीटर/सेकंद

B] मीटर/सेकंद2

C] मीटर/मिनिट

D] मीटर/तास

83] जर एखाद्या शरीरात फक्त परिमाण किंवा आकार असेल तर त्याला काय म्हणतात?

अ] वेग

B] वेग

C] वेक्टर प्रमाण

D] स्केलर प्रमाण

84] एखाद्या शरीरात वेगाची परिमाण आणि दिशा दोन्ही असतील तर त्याला काय म्हणतात?

अ] वेग

B] वेग

C] वेक्टर प्रमाण

D] स्केलर प्रमाण

85] शरीराच्या विस्थापनाच्या बदलाचा दर किती आहे?

अ] शरीर विश्रांतीवर

B] हालचाल करणारे शरीर

C] गती

D] वेग

86] एखाद्या शरीराने त्याच्या सभोवतालच्या परिस्थितीच्या संदर्भात आपली स्थिती बदलली नाही तर त्याला काय म्हणतात?

अ] हालचाल करणारे शरीर

ब] शरीर विश्रांतीवर

C] गती

D] वेग

87] एखाद्या शरीराने त्याच्या सभोवतालच्या परिस्थितीनुसार आपली स्थिती बदलल्यास काय म्हणतात?

अ] शरीर विश्रांतीवर

B] हालचाल करणारे शरीर

C] गती

D] वेग

88] एका ओळीत 168 मीटर अंतर 21 सेकंदात पार करणाऱ्या शरीराचा वेग म्हणजे काय?

अ] 6 मी/से

B] 8 मी/से

C] 10 मी/से

D] १२ मी/से

89] 80 मीटर लांबीच्या ट्रेनचा वेग 120 मीटर लांबीच्या रेल्वे स्टेशन प्लॅटफॉर्मवरून 20 सेकंदात किती आहे?

A] 30 किमी/तास

B] ३२ किमी/तास

C] ३४ किमी/तास

D] ३६ किमी/तास

91] वस्तूच्या प्रवेगाचे एकक काय आहे?

अ] मीटर/सेकंद

B] मीटर/सेकंद2

C] मीटर/मिनिटे

D] मीटर/मिनिटे २

92] एका मिनिटात कारचा वेग ताशी 25 किमी वरून ताशी 40 किमी पर्यंत वाढल्यास कारचा वेग किती आहे?

अ] ०.०५९ मी/सेकंद २

B] ०.५९ मी/सेकंद २

C] ०.०६९ मी/से २

D] ०.६९ मी/सेकंद २

93] 50 किमी/तास वेगाने चालणाऱ्या कारला 45 सेकंदात विराम दिला जातो तो म्हणजे काय?

अ] ०.४० मी/सेकंद २

B] ०.३० मी/सेकंद २

C] 0.20 मी/सेकंद2

D] ०.१० मी/सेकंद २

94] लँडिंग फील्डवरून उड्डाण करणाऱ्या विमानाला सुरुवातीपासून 10 सेकंदात जमिनीवरून 700 मीटर धावावे लागते तर त्याचा प्रवेग किती असतो?

अ] ८ मीटर/से २

B] 10 मीटर/से2

C] 12 मीटर/से2

D] 14 मीटर/से2

95] दगड 20m/sec च्या वेगाने वर फेकल्यास त्याची कमाल किती उंची गाठेल?(g = 10m/sec2)

A] 10 मी

B] 20 मी

क] ३० मी

डी] ४० मी

96] एकक वेळेत काय काम केले जाते?

अ] ऊर्जा

ब] शक्ती

C] बल

D] प्रवेग

97] शरीराच्या काम करण्याच्या क्षमतेला काय म्हणतात?

अ] ऊर्जा

ब] शक्ती

C] प्रवेग

ड] बल

98] पॉवर आउटपुट आणि पॉवर इनपुटचे गुणोत्तर काय आहे?

अ] काम

ब] ऊर्जा

C] कार्यक्षमता

D] प्रवेग

99] 1 न्यूटनचे बल एखाद्या शरीरावर कार्य करून ते 1 मीटर अंतरावरून हलवल्यास त्याला काय म्हणतात? A] 1 जूल

B] 10 जूल

C] 1 डायन

D] 10 डायन

100] 1 जूलसाठी किती एर्ग आहेत?

A] 103 ergs

B] 105 ergs

C] 107 ergs

D] 109 ergs

101] 1 किलोग्रॅमसाठी किती न्यूटन?

A] 981 न्यूटन

B] ९८.१ न्यूटन

C] 9.81 न्यूटन

D] ०.९८१ न्यूटन

102] मेट्रिक प्रणालीमध्ये 1 अश्वशक्तीसाठी किती वॅट्स आहेत?

A] 725.5 वॅट्स

B] 735.5 वॅट्स

C] 745.5 वॅट्स

D] 755.5 वॅट्स

103] ब्रिटीश प्रणालीमध्ये 1 अश्वशक्तीसाठी किती वॅट्स आहेत?

A] 726 वॅट्स

B] 736 वॅट्स

C] 746 वॅट्स

D] 756 वॅट्स

104] मेट्रिक प्रणालीमध्ये 1 हॉर्स पॉवरचे समतुल्य एकक काय आहे?

A] 75 kg.m/sec

B] 76 kg.m/sec

C] 77 kg.m/sec

D] 78 kg.m/sec

105] संभाव्य ऊर्जेचे सूत्र काय आहे?

अ] mgh जूल

B] mgh2 ज्युल

C] 1/2 mgh ज्युल

D] 2/3 mgh जूल

106] गतीज उर्जेचे सूत्र काय आहे?

A] 1/2 mv जूल

B] 1/2 mv2 ज्युल

C] 2/3 mv2 ज्युल

D] 2/3 mv ज्युल

107] एका मिनिटात 200 मीटर उंचीवरून 100 लिटर पाणी पंपाने उचलले तर एका तासात किती काम केले?

A] 12 x 104 kg मीटर

B] 12 x 105 किलो मीटर

C] 12 x 106 kg मीटर

D] 12 x 107 किलो मीटर

108] शरीरावर 250 न्यूटनच्या शक्तीने कार्य केले आणि शरीर 15 मीटर अंतरावरून हलवले तर काय केले जाते?

अ] ३७२० ज्युल्स

B] ३७३० ज्युल्स

C] ३७४० ज्युल्स

डी] 3750 जूल

109] 250 किलो वजनाचे शरीर 30 मीटर उंचीवर असल्यास संभाव्य ऊर्जा काय असते?

A] 72.57 KJ | 72.57 KJ

B] 73.57 KJ | 73.57 KJ

C] 74.57 KJ | 74.57 KJ

D] 75.57 KJ | 75.57 KJ

110] 20 मीटर उंचीच्या खांबाच्या वर ठेवलेल्या 10 किलो वजनाच्या शरीरातील संभाव्य ऊर्जा काय असते?

अ] १९४२ ज्युल्स

ब] 1952 ज्युल्स

C] 1962 ज्युल्स

डी] 1972 ज्युल्स

111] 4.4 मीटर उंचीवरून 15.5 किलोचा भार उचलल्यास जूलमध्ये काय काम केले जाते?

अ] ६३९ ज्युल्स

ब] ६४९ ज्युल्स

C] 659 जूल

D] ६६९ ज्युल्स

112] 500 मीटर/सेकंद वेगाने प्रवास करणाऱ्या 5 ग्रॅम वस्तुमानाच्या बुलेटची गतिज ऊर्जा काय असते?

A] 620 जूल

B] 625 जूल

C] 630 जूल

डी] 635 जूल

113] तापमानाचा संदर्भ कोणता?

अ] हा एक प्रकारचा ऊर्जेचा प्रकार आहे

ब] ते उष्णतेची स्थिती सांगते

C] हे पदार्थाची उष्णता निर्दिष्ट करते

D] हे कॅलरी मीटरने मोजले जाते

114] उष्णतेचे SI एकक काय आहे?

अ] कॅलरी

ब] जौल

C] सेंटीग्रेड उष्णता एकक

D] ब्रिटिश थर्मल युनिट

115] उष्णता मोजण्यासाठी कोणते उपकरण वापरले जाते?

अ] कॅलरी मीटर

ब] थर्मामीटर

C] पायरोमीटर

D] बॅरोमीटर

116] 1 ग्रॅम पाण्याचे तापमान 1 डिग्री सेल्सियस पर्यंत वाढवण्यासाठी आवश्यक असलेल्या उष्णतेच्या प्रमाणाला काय म्हणतात?

अ] विशिष्ट उष्णता

ब] रंग

C] ब्रिटिश थर्मल युनिट

डी] सेंटीग्रेड उष्णता एकक

117] पाण्याच्या विशिष्ट उष्णतेचे मूल्य काय आहे?

अ] ४

ब] ३

क] २

ड] १

118] कोणत्या प्रकारची उष्णता एखाद्या पदार्थाद्वारे त्याची भौतिक स्थिती न बदलता शोषली जाते किंवा दिली जाते?

अ] अव्यक्त उष्णता

ब] संवेदनशील उष्णता

C] विशिष्ट उष्णता

D] वाफेची सुप्त उष्णता

119] फॅरेनहाइट स्केलमध्ये पाण्याचा उत्कलन बिंदू काय आहे?

A] 212°F

B] 180°F

C] 112°F

D] 100°F

120] केल्विन स्केल (K) मध्ये पाण्याचा गोठणबिंदू काय आहे?

अ] ३७३°के

B] ३१३°के

C] 303°K

D] 273°K

121] 45°C (सेंटिग्रेड) चे °F (फॅरेनहाइट) मध्ये रूपांतर करा.

A] 110°F

B] 111°F

C] 112°F

D] 113°F

122] कोणत्या तापमानाला फॅरेनहाइट आणि सेंटीग्रेड थर्मामीटर समान वाचन देतात?

A] -38°C

ब] -३९°से

C] -40°C

D] -41°C

123] - 273°C (सेंटिग्रेड) चे केल्विन स्केलमध्ये रूपांतर करा?

A] 0°K

B] 1°K

C] 2°K

D] 3°K

124] 20°F साठी अंश सेंटीग्रेडचे मूल्य काय आहे?

A] -6.37°C

B] -6.47°C

C] -6.57°C

D] -6.67°C

125] पारा थर्मामीटरने किती कमाल तापमान मोजता येते?

A] 400°C

B] ३००°

C] 200°C

D] 100°C

126] तापमान मोजणाऱ्या यंत्राचे नाव काय आहे?

अ] बाष्प दाब थर्मामीटर

B] बायमेटेलिक थर्मामीटर

C] रेडिएशन पायरोमीटर

D] थर्मोइलेक्ट्रिक पायरोमीटर

127] लाल गरम धातूंचे तापमान 3000°C पर्यंत मोजण्यासाठी कोणते उपकरण वापरले जाते?

A] रेडिएशन पायरोमीटर

B] थर्मोइलेक्ट्रिक पायरोमीटर

C] बायमेटल थर्मामीटर

D] अल्कोहोल थर्मामीटर

128] शारीरिक संपर्काद्वारे कोणत्या प्रकारचे उष्णतेचे प्रसारण होते?

अ] वहन

B] संवहन

C] रेडिएशन

डी] प्रतिबिंब

129] कोणत्या प्रकारचा उष्णतेचा प्रसार वरच्या प्रवाहाने होतो?

अ] वहन

B] संवहन

C] रेडिएशन

डी] प्रतिबिंब

130] उष्णतेच्या प्रसाराची रेडिएशन पद्धत कोणती आहे?

अ] लोखंडी रॉड त्याच्या एका टोकाने गरम करून दुसऱ्या टोकाला उष्णता प्रसारित केली जाते

ब] पाणी गरम करताना थंड पाणी वरून खालपर्यंत जाते

C] गरम वायूंवर, उष्णता सभोवताली प्रसारित होते

ड] सूर्याची उष्णता अंतराळातून प्रवास करते

131] गरम केल्यावर घनाची लांबी वाढल्यास काय म्हणतात?

अ] रेखीय विस्तार

ब] वरवरचा विस्तार

C] घनरूप विस्तार

D] क्षेत्र विस्तार

132] तापमानात प्रति अंश वाढीव प्रति युनिट मूळ लांबीमध्ये होणाऱ्या बदलाला काय म्हणतात?

अ] घर्षणाचे सह-कार्यक्षमता

B] रेखीय विस्ताराचे सह-कार्यक्षमता

C] वरवरच्या विस्ताराचे सह-कार्यक्षमता

D] घन विस्ताराचे सह-कार्यक्षमता

133] रेखीय विस्ताराच्या सह-कार्यक्षमतेचे एकक काय आहे?

A] संख्या /°C

B] संख्या /°C / मीटर लांबी

C] संख्या /°C / मिमी लांबी

D] संख्या /°C / सेमी लांबी

134] 2 x रेखीय विस्तारासाठी कोणती संज्ञा वापरली जाते?

अ] घर्षणाचे सह-कार्यक्षमता

B] रेखीय विस्ताराचे सह-कार्यक्षमता

C] वरवरच्या विस्ताराचे सह-कार्यक्षमता

D] घन विस्ताराचे सह-कार्यक्षमता

135] 3 x रेखीय विस्ताराला काय म्हणतात?

अ] घर्षणाचे सह-कार्यक्षमता

B] रेखीय विस्ताराचे सह-कार्यक्षमता

C] वरवरच्या विस्ताराचे सह-कार्यक्षमता

D] घन विस्ताराचे सह-कार्यक्षमता

136] 20°C वर 100 मीटर लांब आणि 100°C वर 100.14 मीटर लांब आढळल्यास रॉडच्या रेखीय विस्ताराचे सह-कार्यक्षमता काय आहे?

अ] १.७५ x १०-४ / °से

ब] 1.75 x 10-5 / °C

C] 1.75 x 10-6 / °C

D] 1.75 x 10-7 / °C

137] पदार्थाच्या एकक वस्तुमानाचे तापमान 1°C पर्यंत वाढवण्यासाठी लागणाऱ्या उष्णतेला काय म्हणतात?

अ] संवेदनशील उष्णता

ब] सुप्त उष्णता

C] विशिष्ट उष्णता

D] उष्णता मिसळणे

138] उष्णता किती प्रमाणात लागते? m = 120 लिटर t1 = 20°C t2 = 85°CS = 4.2 Q = ______ KJ

A] 32750 KJ

ब] ३२७६० केजे

C] 32770 KJ

डी] 32780 KJ

139] 85.5 ग्रॅम वाळूचे तापमान 20°C वरून 35°C पर्यंत वाळूची विशिष्ट उष्णता = 0.1 पर्यंत वाढविण्यासाठी आवश्यक उष्णतेचे प्रमाण मोजा.

अ] १२८.२५ ज्युल्स

B] १२५.२८ ज्युल्स

C] १२८.२६ ज्युल्स

D] १२६.२८ ज्युल्स

140] 170 ग्रॅम सामग्रीचे तापमान 50°C वरून 80°C पर्यंत वाढविण्यासाठी 510 कॅलरीजची आवश्यकता असल्यास सामग्रीची विशिष्ट उष्णता काय आहे?

अ] ०.१

ब] ०.०१

क] १.१

डी] १.११

141] 300 ग्रॅम तांबे (sp.heat 0.092 cal/gram) चे तापमान Kcal मध्ये 25°C वरून 75°C पर्यंत वाढवण्यासाठी किती उष्णतेची आवश्यकता आहे?

A] 138 Kcal

B] 1.38 Kcal

C] 207 Kcal

D] 2.07 Kcal

142] 400 किलो वजनाच्या तांब्याच्या पिंडातून किती उष्णता शोषली जाते ते गरम केले जाते

फोर्जिंगच्या उद्देशाने 40°C ते 72°C पर्यंत? (तांब्याची उष्णता ०.०९ आहे)

A] 1521 Kcal

B] 1251 Kcal

C] 1152 Kcal

D] 1215 Kcal

143] किरणोत्सर्ग, वहन आणि संवहन यांच्याद्वारे उष्णतेचा प्रवाह प्रतिबंधित करणाऱ्या पदार्थांना काय म्हणतात?

अ] कंडक्टर

ब] इन्सुलेटर

C] फेरस

D] नॉन-फेरस

144] कोणता उष्णता रोधक आहे?

A] थर्मोकोल

ब] तांबे

क] पितळ

डी] ॲल्युमिनियम

145] कोणती थर्मल चालकता सर्वात जास्त आहे?

ब] वितळणारा बर्फ

क] पाणी

ड] वाफ

146] खालीलपैकी कोणता उष्णता इन्सुलेट सामग्रीचा गुणधर्म नाही?

अ] कमी चालकता

ब] आगीचा प्रतिकार

C] कमी आर्द्रता शोषण

ड] लवचिकता

147] रेफ्रिजरेटर्समध्ये कोणते इन्सुलेट सामग्री सर्वाधिक वापरली जाते?

A] थर्मोकोल

B] पॉलीयुरेथेन

C] काचेचे लोकर

डी] कॉर्क शीट

148] खराब उष्णतारोधक कोणता आहे?

पेला

ब] कॉर्क

क] रबर

ड] धूळ पाहिली

149] कुठलेही घन पदार्थ ज्या तापमानात वितळते त्या तापमानाला काय म्हणतात?

अ] उत्कलन बिंदू

ब] वितळण्याचा बिंदू

C] संलयनाची सुप्त उष्णता

D] बाष्पीकरणाची सुप्त उष्णता

150] ॲल्युमिनियमचा वितळण्याचा बिंदू काय आहे?

A] 660°C

B] 680°C

C] 670°C

D] ६२०° से

151] ॲल्युमिनियमचा उत्कलन बिंदू काय आहे?

अ] १८९७° से

ब] २५१९° से

C] 2469°C

D] ६६०°C

152] पाण्याचा उत्कलन बिंदू काय आहे?

A] 0°C

ब] ३२°से

C] 100°C

D] २१२° से

153] पाराचा वितळण्याचा बिंदू काय आहे?

A] -357°C

B] -209°C

C] -7.1°C

D] -38.72°C

154] पाराचा उत्कलन बिंदू काय आहे?

A] 357°C

B] 280°C

C] 759°C

D] ७६७°C

155] प्रति युनिट क्षेत्रफळ (किंवा) जोराचे गुणोत्तर किती आहे?

अ] काम

ब] शक्ती

C] दाब

डी] ऊर्जा

156] 1 बारचे समतुल्य पास्कल मूल्य काय आहे?

A] 105 पास्कल

B] 107 पास्कल

C] 103 पास्कल

D] 109 पास्कल

157] दाबाचे SI एकक काय आहे?

अ] जौल

B] पास्कल

क] बार

डी] न्यूटन

158] कोणते यंत्र यांत्रिक ऊर्जेचे विद्‌युत उर्जेत रूपांतर करते?

A] बॅटरी

ब] जनरेटर

C] हीटर

D] लोखंडी पेटी

159] विद्‌युत् प्रवाहाचे एकक कोणते?

अ] अँपिअर

ब] व्होल्ट

C] ओम

ड] वॅट

160] प्रतिकारशक्तीचे एकक कोणते?

अ] अँपिअर

ब] व्होल्ट

C] ओम

ड] वॅट

161] कोणत्याही कंडक्टरमध्ये इलेक्ट्रॉनचा प्रवाह काय असतो?

अ] व्होल्टेज

ब] वर्तमान

C] प्रतिकार

ड] शक्ती

162] पदार्थाचा कोणता गुणधर्म विद्युत प्रवाहाच्या प्रवाहाला विरोध करतो?

अ] वर्तमान

ब] व्होल्टेज

C] प्रतिकार

D] EMF

163] खूप चांगला कंडक्टर कोणता आहे?

अ] तांबे

ब] कास्ट लोह

क] लोखंड

ड] स्टील

164] खनिज विद्युतरोधक कोणते?

पेला

ब] क्वार्ट्ज

C] मीका

D] पोर्सिलेन

165] 3 ohms, 9 ohms आणि 5 ohms चे तीन प्रतिरोध मालिकेत जोडलेले असल्यास एकूण प्रतिकार किती आहे?

A] 11 ओम

B] 7 ओम

C] 17 ohms

D] 1/17 ohms

168] सर्किटमधील रेझिस्टरच्या सीरिज कनेक्शनमध्ये कोणते समान असते?

अ] वर्तमान

ब] व्होल्टेज

C] प्रतिकार

ड] शक्ती

169] कोणता नियम सांगतो की स्थिर तापमानात बंद सर्किटमधून जाणारा विद्युत् प्रवाह संभाव्य फरकाच्या थेट प्रमाणात आणि प्रतिकाराच्या व्यस्त प्रमाणात असतो?

अ] ओमचा नियम

B] लेन्झचा कायदा

C] न्यूटनचा नियम

ड] हुकचा कायदा

170] प्रतिकार म्हणजे काय? I = 11.5 Amps V = 380 व्होल्ट R = ________Ohms

A] 13 ohms

B] 23 ohms
C] 33 ohms
D] 43 ohms

171] विद्युतप्रवाह म्हणजे काय? R = 50 Ohms 220 व्होल्ट I =_______Amps
A] 4.1 Amps
B] 4.2 Amps
C] 4.3 Amps
D] 4.4 Amps

172] व्होल्टेज म्हणजे काय? R = 250 Ohms I = 0.44 Amps V = ______Volts
A] 100 व्होल्ट
B] 105 व्होल्ट
C] 108 व्होल्ट
D] 110 व्होल्ट

173] ओमच्या नियमानुसार कोणते विधान बरोबर आहे?
A] I µ 1/V
B] I µ R
C] I µ V/R
D] I µ R/V

174] 6 व्होल्टच्या बल्बने 0.5 Amps चा विद्युतप्रवाह काढल्यास फिलामेंट रेझिस्टन्स किती असतो?
अ] १२ प
B] 10 W
C] 3 प
ड] १.२ प

175] 1 वॅट तासात किती वॅट सेकंद?
A] 1000 वॅट से
B] 2000 वॅट से
C] 3600 वॅट से
डी] 4000 वॅट से

176] एका व्होल्टच्या ईएमएफमुळे 1 अँपिअरचा विद्युत प्रवाह निर्माण झाल्यास त्याची शक्ती काय असते?
A] 1 वॅट
B] 1 किलोवॅट
C] 1 HP
D] 1 किलोवॅट तास

178] इलेक्ट्रिक हिटरने 200 व्होल्ट्सवर 10 amps चा करंट काढल्यास किती वीज लागते?

A] 2000 वॅट्स

B] 2010 वॅट्स

C] 2020 वॅट्स

D] 2030 वॅट्स

179] विद्युत लोखंडाचे मानांकन 220 V आणि 500 वॅट असल्यास विद्युत लोखंडाचा प्रतिकार किती असतो?

A] 94.8 ohms

B] 95.8 ohms

C] 96.8 ohms

D] 97.8 ohms

180] विसर्जन हीटरचे व्होल्टेज किती आहे? P = 500 वॅट्स I = 2.27 Amps V = _______Volts

A] 200.3 व्होल्ट

B] 210.3 व्होल्ट

C] 220.3 व्होल्ट

D] 230.3 व्होल्ट

181] चुंबकीय क्षेत्राच्या तीव्रतेचे एकक काय आहे?

अ] wb/m

B] m/wb

C] हर्ट्झ

ड] कोलंब

182] इलेक्ट्रोमॅग्नेटिक इंडक्शन बद्दल कोणता कायदा सांगितला आहे?

अ] ओमचा नियम

ब] हुकचा कायदा

C] लेन्झचा कायदा

D] फॅराडेचा कायदा

183] प्रेरित emf साठी फॉर्म्युल काय आहे?

A] B2L सिंक व्होल्ट्स

B] BL सिंक व्होल्ट्स

C] BLV सिंक व्होल्ट्स

D] B2V सिंक व्होल्ट्स

184] EMF म्हणजे काय?

अ] इलेक्ट्रॉनिक चुंबकीय बल

B] इलेक्ट्रो मोटिव्ह फोर्स
C] इलेक्ट्रो मॅग्नेटिक फोर्स
डी] विद्युतीय बल
185] स्टॅटिकली प्रेरित ईएमएफचे उदाहरण कोणते आहे?
अ] जनरेटर
ब] मोटर
C] ट्रान्सफॉर्मर
D] रेफ्रिजरेटर
186] डायनॅमिकली प्रेरित ईएमएफचे उदाहरण कोणते आहे?
अ] मोटर
ब] जनरेटर
क] कार
D] मोटार बाईक
187] एकक विद्युत शक्ती कोणती आहे?
अ] व्होल्ट
ब] ओम्स
C] वॅट्स
D] अँपिअर
188] बल्बमधील वर्तमान प्रवाह काय आहे? P = 550 वॅट्स R = 22 Ohms I = _______Amps
A] 2 Amps
B] 3 Amps
C] 4 Amps
D] 5 Amps
189] शक्ती किती आवश्यक आहे? I = 0.455 Amps R = 484 Ohms P = ______Watts
A] 98.2 वॅट्स
B] 99.2 वॅट्स
C] 100.2 वॅट्स
D] 101.2 वॅट्स
190] समायोज्य रेझिस्टरला खालील लेबल 1.5 k ohms/ 0.08A असल्यास रेटेड पॉवर किती आहे?
A] 9.2 वॅट्स
B] 9.4 वॅट्स
C] 9.6 वॅट्स

D] 9.8 वॅट्स

191] 40 वॅट्सचा फ्लोरोसेंट दिवा 0.10 अँपिअरचा विद्युतप्रवाह काढण्यासाठी किती व्होल्टेज लागेल?

A] 390 व्होल्ट

B] 395 व्होल्ट

C] 400 व्होल्ट

D] 405 व्होल्ट

192] 100 वॅट्सच्या बल्बला 1 kwh ऊर्जा वापरण्यासाठी किती तास लागतील? W = 1 Kwh P = 100 वॅट्स t = ______ तास

A] 10 तास

B] 12 तास

C] 18 तास

D] २४ तास

193] ज्या चौरसाची बाजू 18 सेमी आहे त्याचे क्षेत्रफळ किती आहे?

A] 26 cm2

B] 36 सेमी2

C] 72 सेमी2

D] 324 सेमी2

194] ज्या चौकोनी प्लेटची बाजू 28 सेमी आहे त्याचा कर्ण कोणता? A] 39.29 सेमी | 39.29 सेमी

B] 39.39 सेमी

C] 39.49 सेमी

D] 39.59 सेमी

195] ज्या चौरसाचे क्षेत्रफळ 625 mm2 आहे त्याची बाजू काय आहे?

A] 15 मिमी

B] 20 मिमी

C] 25 मिमी

D] 30 मिमी

196] ज्या आयताची लांबी आणि रुंदी 20 सेमी आणि 18 सेमी आहे त्याची परिमिती किती आहे?

A] 56 सेमी

B] 66 सेमी

C] 76 मिमी

D] 86 मिमी

197] आयताचे क्षेत्रफळ किती आहे, ज्याची लांबी आणि रुंदी अनुक्रमे 10 सेमी आणि 8 सेमी आहे?

A] 75 सेमी2

B] 80 सेमी2

C] 85 सेमी2

D] 90 सेमी2

198] पाया 10 सेमी आणि उंची 5 सेमी असलेल्या काटकोन त्रिकोणाचे क्षेत्रफळ किती आहे?

A] 20 चौ.से.मी

B] 25 चौ.से.मी

C] 30 चौ.से.मी

D] 35 चौ.से.मी

199] स्केलीनचा प्राइमीटर काय आहे. 40 मिमी, 20 मिमी आणि 28 मिमीच्या बाजू असलेला त्रिकोण?

A] 68 मिमी

B] 78 मिमी

C] 88 मिमी

D] 98 मिमी

200] 450 मिमी बाजूच्या समभुज त्रिकोणाचे क्षेत्रफळ किती आहे?

A] 856.82 cm2

B] 866.82 सेमी2

C] 876.82 cm2

डी] 886.82 सेमी2

201] 50 सेमी व्यासाच्या वर्तुळाचे क्षेत्रफळ किती आहे?

A] 1932.5 सेमी2

ब] १९४२.५ सेमी २

क] १९५२.५ सेमी २

D] 1962.5 सेमी2

202] (A) अर्धवर्तुळाचे क्षेत्रफळ किती आहे ज्याचा व्यास 20 सेमी (d) आहे?

A] 147.1 सेमी2

B] 157.1 सेमी2

C] 167.1 cm2

D] 177.1 सेमी2

203] D = 38 मिमी d = 32 मिमीच्या वर्तुळाकार रिंगचे क्रॉस सेक्शनल क्षेत्र किती आहे?

A] 320 mm2

B] 330 mm2

C] 340 mm2

डी] 350 मिमी2

204] 5 सेमी त्रिज्येच्या वर्तुळाच्या सेक्टरचे क्षेत्रफळ किती आहे आणि त्याचा कोन 96° आहे?

A] 20.39 सेमी2

B] 20.93 cm2

C] 20.89 cm2

D] 20.98 cm2

205] षटकोनाचे क्षेत्रफळ आणि परिमितीचे सूत्र काय आहे?

A] 3 x Ö3/4 a2 युनिट2 3a एकक

B] 4 x Ö3/4 a2 युनिट2 4a एकक

C] 5 x Ö3/4 a2 युनिट2 5a एकक

D] 6 x Ö3/4 a2 युनिट2 6a एकक

206] प्रमुख आणि लहान अक्ष अनुक्रमे 5 सेमी आणि 3 सेमी असल्यास लंबवर्तुळाचे क्षेत्रफळ किती आहे?

A] 27 cm2

B] 37 सेमी2

C] 47 सेमी2

D] 57 सेमी2

207] घनाचे एकूण पृष्ठभाग क्षेत्रफळ शोधा ज्याची बाजू 25 सेमी आहे.

A] 3740 cm2

B] 3745 सेमी2

क] ३७५० सेमी २

D] 3755 cm2

208] ज्याची लांबी, रुंदी आणि उंची 20m, 15m आणि 12m आहे अशा कास्ट आयर्न बारचे एकूण पृष्ठभागाचे क्षेत्रफळ शोधा.

A] 1340 m2

B] 1440 m2

C] 1540 m2

D] 1640 m2

209] सिलेंडरच्या एकूण पृष्ठभागाच्या क्षेत्रफळाचे सूत्र काय आहे?

A] 2π r (h + r) एकक2

B] π r (h + r) एकक2

C] π rh युनिट2

D] 2π rh युनिट2

210] 30 मीटर लांबी, 20 मीटर रुंदी आणि 10 मीटर उंचीच्या आयताकृती टाकीची मात्रा किती आहे?

A] 5900 m3

B] 6000 m3

C] 6100 m3

D] 6200 m3

211] ज्या सिलिंडरची त्रिज्या 7 सेमी आणि उंची 12 सेमी आहे त्या सिलेंडरचे आकारमान काय आहे?

A] 1842 cc

B] 1844 cc

C] 1846 cc

डी] १८४८ सीसी

212] 7 सेमी त्रिज्येच्या गोलाचे आकारमान किती आहे?

A] 1436 cm3

B] 1463 सेमी3

C] 1346 सेमी3

D] 1636 सेमी3

213] बाहेरील त्रिज्या 'R' आतील त्रिज्या 'r' आणि उंची 'h' असलेल्या पोकळ सिलेंडरची मात्रा शोधण्याचे सूत्र काय आहे?

A] π (R2 - r2) h युनिट3

B] π/3 (R2 - r2) h युनिट3

C] 2/3 π(R2 - r2) h युनिट3

D] 4/3 π (R2 - r2)h युनिट3

214] 2 मीटर त्रिज्या आणि 5 मीटर उंचीच्या शंकूच्या आकाराच्या टाकीची क्षमता किती आहे?

A] 11 m3 | 11 m3

B] 21 m3 | 21 m3

C] 31 m3 | 31 m3

D] 41 m3 | 41 m3

215] 75 सेमी त्रिज्या आणि 100 सेमी उंचीची एक दंडगोलाकार टाकी किती लिटर पाणी धारण करू शकते?

A] 1766.25 लिटर

B] 1767.25 लिटर

C] 1768.25 लिटर

डी] १७६९.२५ लिटर

216] 2 मीटर त्रिज्या आणि 5 मीटर उंची असलेल्या सिलेंडरचे एकूण पृष्ठभागाचे क्षेत्रफळ किती आहे?

A] 86 चौ.मीटर

ब] ८८ चौ.मीटर

C] 90 चौ.मीटर

D] 92 चौ.मीटर

217] एका सिलेंडरचे वक्र पृष्ठभागाचे क्षेत्रफळ 10 सेमी व्यास आणि 20 सेमी उंची शोधा?

A] 620 cm2

B] 628 सेमी2

C] 630 cm2

D] 638 सेमी2

218] वस्तूचे नाव काय आहे?

अ] त्रिकोणी प्रिझम

ब] पिरॅमिडचा फ्रस्टम

C] शंकूचे फ्रस्टम

D] षटकोनी प्रिझम

219] प्रयत्नाने हलवलेले अंतर आणि भाराने हलवलेले अंतर यातील गुणोत्तर किती आहे?

अ] यांत्रिक फायदा

B] वेगाचे प्रमाण

C] कार्यक्षमता

D] फुलक्रम

220] साध्या यंत्राने 1000 किलोचा भार उचलला आणि 250 किलो प्रयत्न केल्यास यांत्रिक फायदा काय आहे?

अ] ६

ब] ८

क] ३

डी] ४

221] जर चाक आणि धुरा यांची त्रिज्या अनुक्रमे 375 मिमी आणि 75 मिमी असेल तर चाक आणि एक्सलच्या वेगाचे गुणोत्तर किती असेल?

अ] ३

ब] ४

क] ५

डी] ६

222] 120 किलो वजनाच्या साध्या यंत्राचा वेग 15 मीटर हलवून 60 किलोच्या बलाने 5 मीटर उंचीवर उचलला जातो. वेगाचे प्रमाण मोजा?

अ] १

ब] २

क] ३

डी] ४

223] वेग गुणोत्तर 314.2 आणि यांत्रिक फायदा 220 असलेल्या साध्या स्क्रू जॅकची कार्यक्षमता किती आहे?

अ] ०.६

ब] ०.६५

क] ०.७

डी] ०.७५

224] वेगाचे प्रमाण 4 आणि कार्यक्षमता 75% असलेल्या साध्या मशीनवर 25 किलोचा प्रयत्न केल्यास किती भार उचलला जातो?

A] 65 किलो

B] 70 किलो

C] 75 किलो

डी] 80 किलो

225] लीव्हरच्या स्थिर किंवा आधार बिंदूचे नाव काय आहे?

अ] यांत्रिक फायदा

ब] फुलक्रम

क] प्रयत्न

ड] भार

226] वेगाचे प्रमाण 2.5 आणि मशीनची कार्यक्षमता 75% असल्यास चाक आणि एक्सलमध्ये 150 किलो वजन उचलण्यासाठी कोणते प्रयत्न करावे लागतील?

A] 70 किलो

ब] 80 किलो

C] 90 किलो

डी] 100 किलो

227] फुलक्रमपासून भाराच्या अंतराला काय म्हणतात?

अ] प्रयत्न हात

B] भार हात
C] शक्ती हात
D] प्रयत्न
228] फर्स्ट ऑर्डर लीव्हरचे उदाहरण कोणते आहे?
अ] चाकाची बॅरो
ब] कात्रीची जोडी
क] फायर चिमटे
ड] चुना पिळणे
229] सेकंड ऑर्डर लीव्हरचे उदाहरण कोणते आहे?
अ] सामान्य शिल्लक
ब] कात्रीची जोडी
C] बाटली उघडणारा
ड] मानवी हाताचा हात
230] थर्ड ऑर्डर लीव्हरचे उदाहरण कोणते आहे?
अ] सामान्य शिल्लक
ब] संदंश
C] कात्रीची जोडी
ड] चुना पिळणे
231] बेल क्रँक्ड लीव्हर कोणत्या प्रकारचे लीव्हर आहे?
A] वक्र लीव्हर
B] पहिला ऑर्डर लीव्हर
C] दुसरा ऑर्डर लीव्हर
D] 3रा ऑर्डर लीव्हर
232] कोणता ऑर्डर लीव्हर क्लॉ हॅमर आहे?
अ] पहिला ऑर्डर लीव्हर
B] दुसरा ऑर्डर लीव्हर
C] 3रा ऑर्डर लीव्हर
D] वक्र लीव्हर
234] sinq बरोबर कोणता आहे?
अ] विरुद्ध बाजू / हायपोटेन्युज
ब] कर्णकण/विरुद्ध बाजू
C] लगतची बाजू/हायपोटेन्युज
D] हायपोटेन्युज/लगतची बाजू
235] cosq बरोबर काय आहे?

अ] हायपोटेन्युज/लगतची बाजू

B] लगतची बाजू/हायपोटेन्युज

C] विरुद्ध बाजू / हायपोटेन्युज

D] हायपोटेन्युज/विरुद्ध बाजू

236] tanq बरोबर काय आहे?

अ] विरुद्ध बाजू / हायपोटेन्युज

B] लगतची बाजू/हायपोटेन्युज

C] विरुद्ध बाजू/लगतची बाजू

D] लगतची बाजू/विरुद्ध बाजू

238] sinq = Ö3/2 असल्यास q ची किंमत किती ?

A] 30°

B] ४५°

C] 60°

D] 90°

241] 1 + cot2q म्हणजे काय?

A] se2q

B] cosec2q

C] cot2q

D] tan2q

242] जिथं शिडी भिंतीला स्पर्श करते त्या भिंतीची उंची 2.5 मीटर असल्यास ती जमिनीशी 60° कोन करते?

अ] ४.१३ मी

B] 4.23 मी

क] २.१६५ मी

डी] 4.43 मी

243] AC ची उंची किती आहे?

अ] १.७३२ मी

ब] १७.३२ मी

क] १७३.२ मी

D] १७३२ मी

244] इमारतीच्या पायथ्यापासून 16 मीटर अंतरावर असलेल्या इमारतीला 45° शिडीने स्पर्श केल्यास इमारतीची उंची किती असते?

अ] १५ मी

ब] १६ मी

क] १७ मी

D] 18 मी

245] पायथ्यापासून 15 मीटर दूर असलेल्या बिंदूवर 15 मीटर उंचीच्या लाईट हाऊसच्या शिखराचा उंचीचा कोन किती आहे?

A] 30°

B] ४५°

C] 60°

D] 90°

246] q चा कोन किती आहे?

A] 30°

B] ४५°

C] 60°

D] 90°

247] डोळ्याच्या पातळीपेक्षा जास्त दिसणाऱ्या वस्तूला काय म्हणतात?

अ] झुकाव कोन

B] घर्षणाचा कोन

C] उंचीचा कोन

D] नैराश्याचा कोन

उत्तरे

1]C; २]ब; ३]ब; 4]ब; 5]C; 6]ब; 7]अ; 8]डी; 9]ब; 10]डी; 11]ब; 12]डी; 13]ब; 14]ब; 15]ब; 16]अ; 17]अ; 18]C; 19]ब; 20]C; 21]अ; 22]C; 23]डी; 24]C; २५]अ; 26]डी; 27]ब; 28]C; 29]C; ३०]डी; ३१]ब; ३२]C; ३३]अ; 34]ब; 35]डी; 36]ब; 37]ब; 38]अ; 39]C; ४०]ब; ४१]C; ४२]C; 43]C; ४४]C; ४५]ब; 46]डी; 47]अ; 48]C; ४९]अ; ५०]डी; ५१]C; ५२]ब; 53]डी; ५४]C; ५५]अ; 56]डी; 57]C; 58]डी; ५९]डी; 60]C; ६१]अ; ६२]C; 63]C; ६४]C; ६५]ब; 66]C; ६७]ब; ६८]अ; ६९]अ; ७०]डी; 71]डी; ७२]अ; 73]डी; 74]अ; 75]डी; 76]ब; 77]C; 78]अ; ७९]अ; 80]अ; 81]ब; 82]अ; 83]डी; 84]C; 85]डी; 86]ब; 87]ब; 88]ब; ८९]डी; 90]ब; 91]ब; 92]C; 93]ब; 94]C; 95]ब; 96]ब; 97]अ; 98]C; 99]अ; 100]C; 101]C; 102]ब; 103]C; 104]अ; 105]अ; 106]ब; 107]ब; 108]डी; 109]ब; 110]C; 111]डी; 112]ब; 113]ब; 114]ब; 115]अ; 116]ब; 117]डी; 118]ब; 119]अ; 120]डी; 121]डी; 122]C; 123]अ; 124]डी; 125]ब; 126]ब; 127]अ; 128]अ; 129]ब; 130]डी; 131]अ; 132]ब; 133]अ; 134]C; 135]डी; 136]ब; 137]C; 138]ब; 139]अ; 140]अ; 141]ब; 142]C; 143]ब; 144]अ; 145]अ; 146]डी; 147]ब; 148]अ; 149]ब; 150]अ; 151]ब; 152]C; 153]डी; १५४]अ; 155]C; १५६]अ; 157]ब; १५८]ब; १५९]अ; 160]C; 161]ब; 162]C; 163]अ; 164]C; 165]C; 166]ब; 167]C; 168]अ; 169]अ; 170]C; 171]डी; 172]डी; 173]C; 174]अ; 175]C; 176]अ; 177]ब; 178]अ; 179]C; 180]C; 181]अ; 182]डी; 183]C; 184]ब; 185]C; 186]ब; 187]C;

188]डी; 189]C; 190]C; 191]C; १९२]अ; 193]डी; 194]डी; 195]C; 196]C; 197]ब; 198]ब; 199]C; 200]C; 201]डी; 202]ब; 203]ब; 204]ब; 205]डी; 206]C; 207]C; 208]ब; 209]अ; 210]ब; 211]C; 212]अ; 213]अ; 214]ब; 215]अ; 216]ब; 217]ब; 218]C; 219]ब; 220]डी; 221]C; 222]C; 223]C; 224]C; 225]ब; 226]ब; 227]ब; 228]ब; 229]C; 230]ब; २३१]अ; २३२]अ; 233]डी; २३४]अ; २३५]ब; 236]C; 237]डी; 238]C; 239]C; 240]ब; 241]ब; 242]C; 243]C; 244]ब; २४५]ब; 246]C; 247]C;

9

Friction MCQ घर्षण MCQ

Scan for Theory Videos

1] घर्षणाचा नियम कोणता?

अ] घर्षण बल संपर्क पृष्ठभागाच्या क्षेत्रफळ आणि आकारावर स्वतंत्र आहे

B] घर्षण बल हे सामान्य प्रतिक्रियेच्या व्यस्त प्रमाणात असते

C] घर्षण बल गतीच्या एकाच दिशेने कार्य करते

D] घर्षण शक्ती संपर्क पृष्ठभागाच्या स्वरूपावर अवलंबून नाही

2] गतिमान वस्तूच्या विरुद्ध घर्षण शक्तीची दिशा काय असते?

अ] वस्तूकडे कललेला

ब] वस्तूच्या विरुद्ध

C] वस्तूला समांतर

D] वस्तूला लंब

3] कोणते बल संपर्क पृष्ठभागांमधील सामान्य प्रतिक्रियेच्या थेट प्रमाणात असते?

अ] खेचणारी शक्ती

ब] ढकलणारी शक्ती

C] घर्षण बल

D] मित्र शक्ती

4] वाहने रस्त्यावर धावू शकत असल्यास खालीलपैकी कोणते चाके आणि रस्ते यांच्यामध्ये कार्य करते?

अ] घर्षण

ब] गंज

क] क्षरण

D] गती

5] उपयुक्त घर्षण कोणते?

अ] सिलेंडरमधील रिंग्ज

B] क्रँक शाफ्ट बेअरिंग्ज

C] व्हील हब बेअरिंग्ज

डी] ब्रेक शू अस्तर

6] व्यर्थ घर्षण म्हणजे काय?

अ] मागील एक्सल गियर

B] मजल्यावरील टायर

C] ब्रेक शू अस्तर

D] क्लच अस्तर

7] घर्षण शक्तीवर कोणते अवलंबून असते?

अ] धातूंचा प्रकार

B] संपर्क पृष्ठभाग

C] संपर्क करणाऱ्या धातूंचे प्रमाण

D] धातूंची गुणवत्ता

8] घर्षणाची सह-कार्यक्षमता कशी व्यक्त केली जाते?

अ] हे बल आणि क्षेत्रफळ यांचे गुणोत्तर म्हणून व्यक्त केले जाते

B] हे घर्षण बल आणि सामान्य प्रतिक्रिया यांच्यातील गुणोत्तर आहे

C] हे सामान्य प्रतिक्रिया आणि वस्तूचे वस्तुमान यांच्यातील गुणोत्तर आहे

D] हे वजन आणि सामान्य प्रतिक्रिया यांचे गुणोत्तर म्हणून व्यक्त केले जाते

10] घर्षणाचे सह-कार्यक्षमता दर्शविण्यासाठी कोणते चिन्ह वापरले जाते?

A] α (अल्फा)

B] μ (Meu)

C] β (बीटा)

D] γ (गामा)

11] दोन वस्तू विश्रांतीच्या वेळी संपर्कात असतील तर त्याला कोणत्या प्रकारचे घर्षण म्हणतात?

अ] सरकते घर्षण

ब] रोलिंग घर्षण

C] स्थिर घर्षण

D] कोनीय घर्षण

12] योग्य विधान कोणते?

A] मर्यादित घर्षण हे सरकत्या घर्षणासारखे असते

B] रोलिंग घर्षण हे सरकत्या घर्षणापेक्षा जास्त असते

C] स्लाइडिंग घर्षण मर्यादित घर्षणापेक्षा नेहमीच कमी असते

D] मर्यादित घर्षण हे नेहमी सरकत्या घर्षणापेक्षा कमी असते

15] घर्षणाचा कोन isq असल्यास घर्षणाचा सह-कार्यक्षमता किती आहे?

अ] पाप θ

ब] कॉस θ

C] Tan θ

D] खाट θ

17] वंगणाचा उद्देश काय आहे?

अ] दाब वाढवणे

ब] घर्षण वाढवण्यासाठी

C] घर्षण कमी करण्यासाठी

D] दाब कमी करण्यासाठी

18] विक फीड स्नेहन प्रणालीमध्ये कोणत्या प्रकारचे वंगण वापरले जाते

अ] लब-तेल

ब] वंगण

C] शीतलक

ड] कटिंग तेल

19] भागांभोवती सतत लब-ऑइल स्प्लॅश करण्यासाठी रिंग ऑइलरसह कोणती स्नेहन प्रणाली दिली जाते?

अ] गुरुत्वाकर्षण फीड प्रणाली
B] प्रेशर फीड सिस्टम
C] स्प्लॅश फीड सिस्टम
D] फोर्स फीड सिस्टम
20] सामान्य वापरात तीन प्रकारची स्नेहन प्रणाली कोणती आहे?
अ] फोर्स फीड सिस्टम, स्पीड फीड सिस्टम, फ्रिक्शनल फीड सिस्टम
B] वेग फीड सिस्टम, स्पीड फीड सिस्टम, घर्षण फीड सिस्टम
C] गुरुत्वाकर्षण फीड सिस्टम, फोर्स फीड सिस्टम, स्प्लॅश फीड सिस्टम
D] स्प्लॅश फीड सिस्टम, घर्षण शक्ती प्रणाली, स्पीड फीड सिस्टम
21] कोणती स्नेहन प्रणाली मशीनमध्ये तेल छिद्रे वापरते?
A] गुरुत्वाकर्षण फीड प्रणाली
B] फोर्स फीड सिस्टम
C] स्प्लॅश फीड सिस्टम
D] वेग फीड प्रणाली
23] यंत्राच्या भागांमधील घर्षण कमी करण्यासाठी कोणता वापर केला जातो?
अ] रॉकेल
ब] पेट्रोल
क] पाणी
D] वंगण
24] इंजिन हलविण्याच्या भागांमध्ये वंगण तेल वापरण्याचा मुख्य उद्देश कोणता आहे
अ] कार्यक्षमता वाढवण्यासाठी
ब] घर्षण कमी करण्यासाठी
C] वहन क्षमता सुधारण्यासाठी
D] टिकाऊपणा सुधारण्यासाठी
25] योग्य विधान कोणते आहे?
अ] वंगण गंज टाळण्यासाठी कार्य करते
B] वंगण हे सील म्हणून काम करतात
C] वंगण हे इंधन म्हणून काम करतात
D] वंगण फिल्टर म्हणून काम करतात
26] स्नेहन राखून मशीनची कार्यक्षमता कशामुळे होते?
अ] वाढते
ब] कमी होते
C] समान राहते
D] प्रभावित होत नाही

29] शीतलक वंगण म्हणून कोणत्या मार्गाने कार्य करते?

अ] धूळ वाहून नेणे

ब] उष्णता वाहून नेण्यासाठी

C] ओलावा वाहून नेण्यासाठी

D] कोरडेपणा दूर करण्यासाठी

30] 1000 kg वस्तुमानाच्या वस्तुमानाचे घर्षण सह-कार्यक्षमता 0.4 असल्यास (1kg = 10 N गृहीत धरा) हलविण्यासाठी किती बल आवश्यक आहे?

अ] ४००० एन

ब] ४०० एन

क] ४० एन

डी] ४ एन

31] 35 kg वस्तुमान (1kg=10N गृहीत धरा) हलविण्यासाठी 30 N चे बल आवश्यक असल्यास घर्षणाचे सह-कार्यक्षमता काय आहे?

अ] ८.५७

ब] ०.०८२

C] ०.०८५७

डी] ०.००८५

32] m = 0.24 चे मूल्य असल्यास 20 किलो वजनाची वस्तू हलविण्यासाठी किती बल आवश्यक आहे?

अ] ४.८ किलो

ब] ८३.३३ किलो

क] १.२ किलो

डी] ०.४८ किलो

33] घर्षणाचे सह-कार्यक्षमता 0.0125 असल्यास 30 किलोच्या बलाने वस्तूचे वजन किती हलवता येते?

A] 80 किलो

B] 2430 किलो

C] 72000 किलो

डी] 2400 किलो

34] 150 kg वजन समतोल असेल आणि m चे मूल्य 0.5773 असेल तर झुकाव कोन किती असेल?

A] 30°

B] ४५°

C] 60°

D] 90°

35] m जर 0.2 असेल तर क्षैतिज टेबलावर 20 किलो वजनाची वस्तू सरकवण्यासाठी किती बल लागेल? अ] २ किलो

ब] 3 किलो

C] 4 किलो

डी] 5 किलो

36] 0.24 घर्षण गुणांक असलेल्या 20 किलोच्या वस्तूला हलविण्यासाठी किती बल आवश्यक आहे?

अ] ४.८ किलो

ब] ०.४८ किलो

C] ०.०४८ किग्रॅ

डी] ०.००४८ किग्रॅ

37] 400 किलो भार 40 किलोच्या बलाने खेचण्यासाठी घर्षणाचा सह-कार्यक्षमता काय आहे?

अ] ०.०१

ब] ०.२

क] ०.१

डी] ०.०२

38] क्षैतिज पृष्ठभागावर 40 kg च्या बलाने 80 kg वस्तुमानाचे शरीर हलविण्यासाठी घर्षणाचे सह-कार्यक्षमता किती असेल?

अ] ०.०५

ब] ०.५

क] ०.६५

डी] ०.४५

39] 0.25 च्या घर्षण प्रतिरोधनाच्या विरूद्ध 50 किलोच्या आडव्या बलाने हलविलेल्या शरीराचे वजन किती असेल?

A] 150 किलो

ब] 200 किलो

C] 250 किलो

डी] 300 किलो

40] घर्षणाचा सह-कार्यक्षमता m=0.84 असल्यास वस्तूच्या कलतेचा अंदाजे कोन किती असेल?

A] 60°

B] ४५°

C] 40°

D] 30°

41] 60 किलो वस्तुमानाचे शरीर 5 मीटर अंतरावर नेण्यासाठी काय काम केले जाते, जर शरीर आणि विमान यांच्यातील घर्षण 0.2 असेल तर सह-कार्यक्षमता असेल?

A] 12 किलो

B] 60 किलो

C] 12 m-kg

D] 60 m-kg

42] 10 किलोग्रॅमच्या वस्तूला 10 मीटर अंतरावर (m= 0.15 गृहीत धरा) क्षैतिज समतलावर हलवताना किती काम केले जाईल?

A] 1.5 m-kg

B] 15 m-kg

C] 0.15 m-kg

D] 150 m-kg

43] टायर आणि रस्ता यांच्यातील घर्षण गुणांक 0.4 असलेल्या रस्त्यावर धावणारे 1000 किलो वजनाचे वाहन थांबवण्यासाठी किती बल आवश्यक आहे?

A] 3000 किलो

B] 450 किलो

C] 350 किलो

डी] 400 किलो

44] वस्तूच्या गुरुत्वाकर्षणाच्या केंद्रावर कोणता परिणाम होतो?

अ] वजन

ब] वस्तुमान

C] घनता

D] आकार

45] शरीराचे सर्व वजन ज्या बिंदूवर केंद्रित होते त्या बिंदूचे नाव काय आहे?

अ] प्रारंभिक बिंदू

B] गुरुत्वाकर्षण केंद्र

C] सेंट्रोइड

D] मध्य बिंदू

46] वर्तुळाच्या गुरुत्वाकर्षणाचे केंद्र कोठे असते?

अ] त्याच्या केंद्रस्थानी

ब] त्याच्या त्रिज्या वर कुठेही

C] त्याच्या परिघावर कुठेही

D] त्याच्या व्यासावर कुठेही

47] उजव्या वर्तुळाकार शंकूच्या पायापासून त्याच्या गुरुत्वाकर्षणाचे केंद्र काय आहे?

A] h/2

B] h/3

C] h/4

D] h/5

48] आयताकृती शरीराचे गुरुत्वाकर्षण केंद्र काय आहे?

अ] आयताची लांब बाजू

B] आयताची लहान बाजू

C] त्याच्या कर्णांच्या छेदनबिंदूवर

D] कोपऱ्यात

49] घन गोलार्धाचे गुरुत्वाकर्षण केंद्र त्याच्या पायापासून किती असते?

A] 4r/5

B] 3r/8

C] 3r/4

डी] आर/२

50] गोलाच्या गुरुत्वाकर्षणाचे केंद्र काय आहे?

अ] केंद्रस्थानी

ब] परिघावर

क] व्यासावर

D] त्रिज्या येथे

51] समतोल स्थितीचे उदाहरण म्हणजे शंकू त्याच्या टोकावर विसावला आहे?

अ] स्थिर

B] तटस्थ

क] अस्थिर

ड] आडवा

52] खालीलपैकी कोणत्या भूमितीय आकाराचे गुरुत्वाकर्षण केंद्र त्याच्या पायापासून त्याच्या उंचीच्या 1/3 आहे?

अ] चौकोन

ब] समभुज चौकोन

C] त्रिकोण

ड] शंकू

53] समतोल स्थितीचे उदाहरण म्हणजे शंकू त्याच्या पायावर विसावला आहे?

अ] स्थिर

B] तटस्थ

क] स्थिर

D] दोन्ही A आणि B

10

Centre of gravity MCQ गुरुत्व केंद्र MCQ

Scan for Theory Videos

60] शंकूच्या पायाचे गुरुत्वाकर्षण केंद्र 10 सेमी आणि उंची 50 सेमी आहे?

A] 10.5 सेमी

B] 12.5 सेमी

C] 11.25 सेमी

D] 12.75 सेमी

61] 12 सेमी व्यासाच्या अर्धवर्तुळाच्या गुरुत्वाकर्षणाचे केंद्र काय आहे?

A] 2.24 सेमी

B] 2.54 सेमी

C] 3.25 सेमी

D] 2.75 सेमी

62] वर्तुळाच्या क्षेत्रफळासाठी कोणते सूत्र योग्य आहे, ज्याचा व्यास (d) आहे?

A] $\pi d^2 / 4$

B] πr

C] $2\pi r$

D] πd

63] अर्धवर्तुळाचा घेर किती असतो?

A] $\pi r + 2r$

B] $\pi d / 4$

C] $2\pi r^2$

D] $\pi d^2 / 4$

64] सिम्पसन्स नियमानुसार अनियमित आकाराचे क्षेत्रफळ किती आहे?

A] $h/3 [y_1 + y_7 + 4 (y_2 + y_4 + y_6) + 2(y_3 + y_5]$

B] h/2 [y1 + y7]

C] $h/3 [y_2 + y_4 + y_6]$

D] $h/2 [y_1 = y_7 + (y + y_5)]$

65] वर्तुळातील सर्वात मोठ्या जीवाला काय म्हणतात?

अ] चाप

ब] व्यास

C] त्रिज्या

ड] कर्ण

66] वर्तुळाच्या परिघाचे सूत्र काय आहे?

A] πr^2

B] $\pi d^2 / 4$

C] $2\pi r$

D] πr

67] अर्धवर्तुळाच्या क्षेत्रफळाचे सूत्र काय आहे?

A] πr^2

B] $2\pi r$

C] πr

D] $\pi d^2 / 2$

11

Area of cut out regular Surfaces and Irregular surfaces MCQ नियमित पृष्ठभाग आणि अनियमित पृष्ठभागांचे क्षेत्रफळ MCQ

Scan for Theory Videos

73] वर्तुळाच्या क्षेत्रफळाचे सूत्र काय आहे?

A] $\pi d^2 / 2$

B] πr^2

C] $2\pi r$

D] $\pi d / 2$

74] ज्याचा परिमिती 64.8 सेमी आहे आणि त्रिज्या 12.4 सेमी आहे त्या सेक्टरच्या कमानीची लांबी किती आहे?

A] 40 सेमी

B] 45 सेमी

C] 40.8 सेमी

D] 42 सेमी

75] ज्याची त्रिज्या 15 सेमी आहे आणि इच्छित कोन 30° आहे त्या क्षेत्राच्या कमानीची लांबी किती आहे?

A] 7.85 सेमी

B] 7.25 सेमी

C] 6.75 सेमी

D] 6.85 सेमी

76] व्यास 12 सेमी आणि कोन 60° असल्यास सेक्टरचे क्षेत्रफळ किती आहे?

A] 18.0 cm^2

B] 17.75 cm^2

C] 19.00 cm^2

D] 18.84 सेमी^{2}

77] वर्तुळाच्या विभागाच्या क्षेत्रफळाचे सूत्र काय आहे?

A] क्षेत्राचे क्षेत्रफळ - त्रिकोणाचे क्षेत्रफळ

B] वर्तुळाचे क्षेत्रफळ

C] क्षेत्राचे क्षेत्रफळ

D] त्रिकोणाचे क्षेत्रफळ - क्षेत्राचे क्षेत्रफळ

78] वर्तुळाचा घेर 44 सेमी असल्यास वर्तुळाचे क्षेत्रफळ किती असेल?

A] 128 cm^2

B] 130 cm^2

C] 154 cm^2

D] 129 cm^2

81] जर सेक्टरचा कोन 90° असेल आणि वर्तुळाचे क्षेत्रफळ 196 cm2 असेल तर वर्तुळाची त्रिज्या किती असेल? A] 15.77 सेमी

B] 15 सेमी

C] 14.85 सेमी

D] 14.95 सेमी

82] क्षेत्राच्या परिमितीचे सूत्र काय आहे?

A] $2l + r$

B] $l + 2r$

C] πr^2

D] $2\pi r$

85] सेक्टरचे क्षेत्रफळ किती आहे, ज्याचा व्यास 40 मिमी आहे आणि कोन 120° आहे?

A] 418.66 मिमी^{2}

B] 400.50 मिमी^{2}

C] 415.5 मिमी^{2}

D] 416.6 मिमी^{2}

86] ज्याची त्रिज्या 15 सेमी आणि कोन 40° आहे अशा सेक्टरच्या कमानाची लांबी किती आहे?

A] 9.75 सेमी

B] 9.8 सेमी

C] 10.60 सेमी

D] 10.4 सेमी

87] त्रिज्या 3.6 सेमी आणि कोन 36° आहे अशा सेक्टरच्या कमानाची लांबी किती आहे?

A] 2.10 सेमी

B] 2.26 सेमी

C] 22.6 सेमी

D] 21.0 सेमी

91] वर्तुळाचे क्षेत्रफळ किती आहे, ज्याचा व्यास 50 सेमी आहे?

A] 1900 cm^2

B] 1950 cm^2

C] 1962.5 cm^2

D] 1960 cm^2

92] परिघावरील कोणत्याही दोन बिंदूंमधील वर्तुळाच्या प्रदेशाचे नाव काय आहे?

अ] चाप

ब] खंड

C] क्षेत्र

ड] जीवा

93] वर्तुळाची त्रिज्या किती आहे, ज्याचा घेर 440 सेमी आहे?

A] 71.5 सेमी

B] 70 सेमी

C] 70.5 सेमी

D] ७२.२ सेमी

94] त्रिज्या 14 सेमी असल्यास वर्तुळाकार पृष्ठभागाचे क्षेत्रफळ किती आहे?

A] 615.44 cm^2

B] 614.5 cm^2

C] 612.25 cm^2

D] ६१२.४४ सेमी^{2}

95] ज्या वर्तुळाचा व्यास 7 सेमी आहे त्याचा घेर किती आहे?

A] 22 सेमी

B] 44 सेमी

C] 25 सेमी

D] 21 सेमी

96] ज्या वर्तुळाचा व्यास 44 सेमी आहे त्याची त्रिज्या किती आहे?

A] 44 सेमी

B] 22 सेमी

C] 23 सेमी

D] 20 सेमी

97] वर्तुळाचे क्षेत्रफळ 78.5cm^2 असल्यास वर्तुळाचा व्यास किती आहे?

A] 5 सेमी

B] 10 सेमी

C] 15 सेमी

D] 5.5 सेमी

98] त्रिज्या 10 सेमी असल्यास वर्तुळाचे क्षेत्रफळ किती असेल?

A] 314 cm^2

B] 31.4 cm^2

C] 30.4 सेमी^{2}

D] 3.14 cm^2

99] अर्धवर्तुळाचा घेर 28.26 सेमी असल्यास अर्धवर्तुळाची त्रिज्या किती असेल?

A] 5.49 सेमी

B] 6.49 सेमी

C] 8.5 सेमी

D] 8.75 सेमी

100] अर्धवर्तुळाचा घेर 21.98 सेमी असल्यास अर्धवर्तुळाचा व्यास किती आहे?

A] 8.55 सेमी

B] 8 सेमी

C] 7.55 सेमी

D] 7 सेमी

101] जर व्यास 14 सेमी असेल तर अर्धवर्तुळाचे क्षेत्रफळ किती असेल?

A] 70 cm^2

B] 76.93 cm^2

C] 75.06 cm^2

D] 86.93 cm^2

102] वर्तुळाचे क्षेत्रफळ 706.5cm^2 असल्यास वर्तुळाचा व्यास किती आहे?

A] 29 सेमी

B] 29.5 सेमी

C] 30 सेमी

D] 30.5 सेमी

103] घेर 31.4 सेमी असल्यास वर्तुळाचा व्यास किती आहे?

A] 5 सेमी

B] 10 सेमी

C] 8 सेमी

D] 8.5 सेमी

12

Algebra MCQ
बीजगणित MCQ

Scan for Theory Videos

112] 14x+3y+25x+2y चे मूल्य काय आहे?

A] 17x + 27y

B] 16x + 28y

C] 39x + 5y

D] 44xy

113] $5a^2b$ x $8a^5b^3$ चे गुणाकार मूल्य काय आहे?

A] $40a^7b^4$

B] $40a^3b^2$

C] $40a^4b^7$

D] $40a^2b^3$

114] (3x + 15) / 5x + 25) चे सरलीकृत मूल्य काय आहे?

अ] ५/३

ब] ३/५

C] -5/3

डी] -3/5

115] 13+x = 20 असल्यास x चे मूल्य किती आहे?

अ] ८

ब] ७

क] ९

डी] १३

116] x (120) = 960 असल्यास x चे मूल्य किती आहे?

अ] ६

ब] ७

क] ८

डी] १०

117] a^m x a^n चे सूत्र काय आहे?

अ] a^{m+n}

ब] a^{m-n}

क] a^{mn}

ड] $n.a^m$

118] a^m/a^n चे सूत्र कोणते

अ] a^{m+n}

ब] a^{m-n}

क] $a^{m \times n}$

डी] $(a^m)^n$

119] 0 च्या घातापर्यंत कोणत्याही संख्येचे मूल्य किती आहे?

अ] ०

ब] १

क] -१

D] α

120] 1 / a^m चे मूल्य किती आहे ?

अ] a^m

ब] अ$^{-m}$

क] $\sqrt[m]{a}$

D] $\sqrt[a]{m}$

121] कोणते $(a^m)^n$ च्या बरोबरीचे आहे?

अ] a^{m-n}

ब] a^{m+n}

क] $a^{m/n}$

ड] a^{mn}

122] $(a+b)^2$ चे विस्तारित रूप काय आहे?

A] $a^2 + 2ab + b^2$

B] $a^2 - 2ab + b^2$

C] $a^2 + 2ab - b^2$

D] $-a^2 - 2ab + b^2$

123] $(ab)^2$ चे सूत्र काय आहे?

A] $a^2- 2ab + b^2$

B] $a^2 + 2ab + b^2$

C] $a^2 - 2ab - b^2$

D] $-a^2 - 2ab - b^2$

124] $(a+b)^2-(ab)^2$ कोणते?

A] 2ab

B] 3ab

C] 4ab

D] 5ab

125] $ax\ a^2 \times a^3 \times a^4$ चे मूल्य काय आहे ?

अ] अ^7

B] a^8

क] a^9

ड] a^{10}

126] $(a^5)^7$ चे मूल्य काय आहे?

अ] a^{35}

B] $a1^2$

C] a^21

D] a^{22}

127] 625° चे मूल्य काय आहे?

अ] ०

ब] १

क] ५२५

डी] २५

128] 1 / a^{-5} चे मूल्य किती आहे ?

अ] $अ^5$

ब] $a^{-\ 5}$

C] 5a

D] -5a

129] $5x^4$ / $5x^3$ चे मूल्य काय आहे ?

A] 5x

B] $5x^2$

C] x

D] $5x^4/^3$

130] $4y^2$-2x + $8x^2$ मधून 3x - $4x^2$ +$2y^2$ वजा केलेले मूल्य काय आहे?

A] $2y^2$- 5x + $12x^2$

B] $2y^2$+ 5x -$12x^2$

C] $2y^2$ - 5x -$12x^2$

D] -$2y^2$-5x + $12x^2$

131] (5x+2y), (4x - 7z) आणि (15z - 3y) जोडण्याचे मूल्य काय आहे?

A] 9x - y + 8z

B] x - 9y + 8z

C] x + 9y + 8z

D] 9x + y - 8z

132] $12x^3y^2$ / $4x^2y$ चे मूल्य काय आहे?

A] 8xy

B] 16xy

C] 3xy

D] -3xy

133] 3 (2x - 4) = -4x + 28 असल्यास x चे मूल्य किती आहे?

अ] ४

ब] ८

क] ६

डी] १२

134] (x + 2) / 2 = 19 असल्यास x चे मूल्य किती आहे?

अ] ३८

ब] ३३

क] ३५

डी] ३६

135] 11x+4=37 असल्यास x चे मूल्य किती आहे?

अ] २

ब] ३

क] ४

डी] ५

136] $1/a^{m}$ चे मूल्य काय आहे?

अ] a^{m}

B] am

क] $\sqrt{a^{m}}$

D] a1

137] am/n चे मूल्य काय आहे?

अ] am-n

B] am+n

क] $1 / a^{m}$

ड] $\sqrt[n]{a^{m}}$

138] $a^3 + b^3$ चा विस्तार कोणता आहे?

A] $(ab) (a^2 + b^2 - ab)$

B] $(a+b) (a^2 + b^2 - ab)$

C] $a^3 + b^3 + 3ab (a+b)$

D] $a^3 - b^3 + 3ab (ab)$

139] $(a+b+c)^2$ चा विस्तार काय आहे?

A] $a^2 + b^2 + c^2 + 2 (ab + bc + ca)$

B] $a^2 + b^2 + c^2 - 2ab + 2bc + 2ca$

C] $a^2 + b^2 + c^2 + 2ab - 2bc + 2ca$

D] $a^2 - b^2 - c^2 + 2ab + 2bc + 2ca$

140] $a^3 - b^3$ चे विस्तारित रूप कोणते?

A] $(a+b) (a^2 - b^2 - ab)$

B] $(ab) (a^2 + b^2 + ab)$

C] $(ab) (a^2 - b^2 - ab)$

D] $(ab) (a^2 - b^2 + ab)$

141] $(6^3) / ((-3)^3)$ चे मूल्य काय आहे?

अ] ८

ब] -8

क] २७

डी] -२७

142] $(x+y) = 9$, $(x - y) = 4$ असल्यास x^2-y^2 चे मूल्य किती आहे?

अ] १३

ब] ६५

क] ३६

डी] ४६

143] $x - y = 6$ आणि $x + y = 8$ असल्यास 'X' चे मूल्य किती आहे?

अ] ५

ब] ६

क] ७

ड] १४

144] $a+b=9$ आणि $ab = 20$ असल्यास a^2+b^2 चे मूल्य किती आहे?

अ] १२१

ब] -121

क] ४१

डी] -41

145] $(a+b)^2=36$ $(ab)^2=24$ असल्यास ab चे मूल्य किती आहे?

अ] ६

ब] ४

क] ३

डी] २

146] $x=3$, $y=2$ असल्यास $x^3+3y^2x^2$ चे मूल्य किती आहे?

अ] १३५

ब] ८१

क] ५४

डी] ६३

147] बेरीज 42 असल्यास तीन सलग संख्या किती आहेत?

अ] 11,12,13

ब] १२,१३,१४

क] १३,१४,१५

ड] 14,15,16

13

Elasticity MCQ
लवचिकता MCQ

Scan for Theory Videos

148] लवचिक पदार्थ कोणते?

अ] नायलॉन

B] पॉलिस्टीरिन

C] सेल्युलॉइड

डी] पॉली कार्बोनेट

149] थर्मो प्लास्टिक मटेरियल कोणते आहे?

अ] बुटाइल रबर

ब] नायलॉन

C] निओप्रीन

D] विनाइल पॉलिमर

150] लवचिक सामग्रीसाठी त्याच्या मूळ लांबीच्या ताणाची कमाल टक्केवारी किती अनुमत आहे?

अ] १००%

ब] २००%

क] ३००%

डी] ४००%

151] परिमाणातील बदल आणि पदार्थाच्या मूळ परिमाणातील गुणोत्तर काय आहे? अ] ताण

ब] ताण

C] पॉसन्सचे प्रमाण

D] सुरक्षिततेचा घटक

152] ताणाचे एकक काय आहे?

अ] किलो/सेमी^{2}

B] न्यूटन/मीटर^2

C] मीटर

D] एकक नाही

153] लांबी आणि मूळ लांबीमधील बदलाचे गुणोत्तर किती आहे?

अ] रेखीय ताण

ब] बाजूकडील ताण

C] व्हॉल्यूमेट्रिक ताण

डी] पॉसन्सचे प्रमाण

154] लॅटरल स्ट्रेन आणि रेखांशाचा ताण यांच्यातील गुणोत्तर काय आहे?

अ] हुक कायदा

ब] यंगस् मोड्युलस

C] बल्क मापांक

डी] पॉसन्सचे प्रमाण

155] लांबीतील बदल व्यक्त करण्यासाठी कोणते चिन्ह वापरले जाते?

अ] एल

ब] ?1

C] I

डी] ई

156] ताणाचे गुणोत्तर कोणते?

अ] भार आणि क्षेत्रफळ

B] भार आणि दिशा

C] लोड आणि व्यास

D] भार आणि वेळ

157] रिव्हट्सवर कोणते बल कार्य करते?

अ] तन्यता बल

B] संकुचित शक्ती

C] कातरणे बल

D] झुकणारे बल

159] बल्क मॉड्यूलसचे सूत्र काय आहे?

अ] तन्य ताण/तन्य ताण

B] संकुचित ताण/संकुचित ताण

C] व्हॉल्यूमेट्रिक स्ट्रेस/व्हॉल्यूमेट्रिक स्ट्रेन

D] कातरणे ताण/कातरणे ताण

160] कोणता कायदा सांगतो की लवचिक मर्यादेत ताण तणावाच्या थेट प्रमाणात असतो?

अ] न्यूटनचा नियम

ब] हुक कायदा

C] ज्युल्स कायदा

D] चार्ल्स कायदा

162] फाटण्यापूर्वी सामग्रीद्वारे प्राप्त झालेल्या जास्तीत जास्त ताणासाठी कोणता शब्द वापरला जातो?

अ] तन्य ताण

B] संकुचित ताण

C] कामाचा ताण

D] अंतिम ताण

163] अंतिम ताण आणि कामकाजाचा ताण यांच्यातील गुणोत्तर काय आहे?

अ] मोठ्या प्रमाणात मापांक

ब] यंगस् मोड्युलस

C] सुरक्षिततेचा घटक

D] कडकपणाचे मॉड्यूलस

164] मूळ क्रॉस सेक्शनच्या क्षेत्रफळाच्या अंतिम भाराचे गुणोत्तर काय आहे?

अ] सुरक्षिततेचा घटक

ब] उत्पन्न बिंदू

C] अंतिम ताण

D] यंग्स मॉड्यूलस

166] कातरणे ताण आणि कातरणे ताण यांचे गुणोत्तर काय आहे?

अ] लवचिकतेचे मॉड्यूलस

B] कडकपणाचे मॉड्यूलस

C] बल्क मापांक

डी] उत्पन्न बिंदू

167] ताण आणि ताण यांच्यातील गुणोत्तर काय आहे?

अ] उत्पन्न बिंदू

B] सुरक्षिततेचा घटक

C] यंग्स मॉड्युलस

डी] पॉसन्सचे प्रमाण

168] क्रँक शाफ्टवर कोणते बल कार्य करते?

अ] कातरणे ताण

ब] टॉर्शनल ताण

C] तन्य ताण

ड] संकुचित ताण

169] थर्मोसेटिंग प्लास्टिक कोणते?

अ] विनाइल पॉलिमर

B] पॉलिस्टीरिन

C] सेल्युलॉइड

डी] मेलामाइन रेजिन

170] 1 मिमी जाडीच्या प्लेटमध्ये 10 मिमी व्यासाचे छिद्र पाडण्यासाठी कोणती शक्ती आवश्यक असेल, जर स्वीकार्य कातरणे ताण 50N/mm² असेल? (π = २२/७)

अ] १७५७ एन

ब] १५७५ एन

क] १५७१.४ एन

ड] १५७७ एन

171] 10 मि.मी.च्या बाजूच्या चौकोनी रॉडची 1000 किलोच्या तन्य भारासाठी चाचणी केल्यास ताण किती आहे?

A] 1 kg/mm²

B] 10 kg /mm²

C] 100 kg/mm²

D] 1000 kg/mm²

172] 2800 मिमी मूळ लांबीच्या पट्टीवर 3.2 KN ची शक्ती लागू केल्यास पट्टी 0.5 मिमीने वाढवली तर तन्य ताण काय आहे?

अ] ०.००१७८६

ब] ०.००१६८७

C] ०.००१८६७

डी] ०.००१९६८

173] 1 मीटर लांबीच्या लोखंडी रॉडमध्ये किती ताण निर्माण होतो, जर एका टोकाला 100 किलोचा बल लावला तर तो 1 सेमीने वाढतो?

अ] ०.१

ब] ०.०१

C] ०.००१

डी] ०.०००१

174] 2 मीटर लांब, 0.8 मिमी 2 क्रॉस सेक्शनमधील वायरने 8 किलो वजनाच्या सस्पेन्शनवर त्याची लांबी 1.6 मिमीने वाढवली तर यंग्स मोड्यूलस काय आहे?

A] 1.25 kg/mm²

B] 12.5 kg/mm²

C] 125 kg/mm²

D] 12500 kg/mm²

175] एखाद्या पदार्थाचा अंतिम ताण 35 kg/mm² असेल आणि सुरक्षिततेचा घटक 5 असेल तर सुरक्षित ताण कोणता?

अ] ०.१४३

ब] ०.७

क] १.४३

डी] ७

14

Heat Treatment MCQ उष्णता उपचार MCQ

Scan for Theory Videos

177] विविध प्रकारच्या उष्णता उपचार प्रक्रिया काय आहेत?
अ] एनीलिंग, सामान्यीकरण, कडक करणे आणि टेम्परिंग
ब] सामान्यीकरण, गरम करणे, थंड करणे आणि पेंटिंग करणे
C] कडक करणे, भिजवणे, पेंटिंग आणि पॅकिंग
D] टेम्परिंग, कूलिंग, पॅकिंग आणि सॉलिंग
178] उष्णता उपचार प्रक्रिया काय आहे?

अ] रचना आणि गुणधर्म बदलण्यासाठी गरम आणि थंड करण्याची प्रक्रिया

ब] परिमाणे बदलण्यासाठी गरम करण्याची प्रक्रिया

C] परिमाणे मोजण्यासाठी थंड होण्याची प्रक्रिया

D] आमच्या गरजेनुसार गरम करण्याची आणि वाकण्याची प्रक्रिया

179] उष्णता उपचाराचे विविध टप्पे कोणते आहेत?

A] गरम करणे, थंड करणे आणि शमन करणे

ब] शमन करणे, थंड करणे आणि गरम करणे

C] गरम करणे, भिजवणे आणि शमन करणे

D] भिजवणे, शमन करणे आणि थंड करणे

180] एखादे पोलाद ७२३ डिग्री सेल्सिअस तापमानात गरम केल्यास तयार होणाऱ्या संरचनेचे नाव काय?

अ] सिमेंटाइड

ब] ऑस्टेनाइट

C] मार्टेन्साइट

D] फेराइट

181] स्टीलच्या धान्याची रचना शुद्ध करण्यासाठी कोणती उष्णता उपचार प्रक्रिया केली जाते?

अ] एनीलिंग

ब] सामान्यीकरण

क] कडक होणे

डी] टेम्परिंग

182] ताण आणि तणाव दूर करण्यासाठी केलेल्या उष्मा उपचार प्रक्रियेला काय म्हणतात?

अ] सामान्य करणे

ब] एनीलिंग

क] कडक होणे

डी] टेम्परिंग

183] कोणत्या प्रक्रियेमुळे समतोल स्थिती निर्माण होते?

अ] एनीलिंग आणि हार्डनिंग

B] सामान्यीकरण आणि टेम्परिंग

सी] एनीलिंग आणि सामान्यीकरण

डी] सामान्यीकरण आणि टेम्परिंग

184] कार्बनच्या प्रवेशासाठी कार्बनयुक्त वातावरणात कोणत्या प्रक्रियेचे स्टील गरम केले जाते?

अ] केस कडक होणे

ब] नायट्राइडिंग

C] कार्ब्युरिझिंग

D] इंडक्शन कडक होणे

185] सर्व मिश्रधातू आणि मिश्रित स्टीलससाठी योग्य नायट्राइडिंग प्रक्रिया कोणती आहे?

अ] सिल्व्हर नायट्राइडिंग

ब] मीठ-स्नान मध्ये नायट्रेडिंग

C] क्वेंचिंग टँकमध्ये नायट्राइडिंग

डी] गॅस नायट्राइडिंग

186] उष्णता उपचार प्रक्रियेचे नाव काय आहे, जेथे धातू गरम करून पाण्यात किंवा तेलात बुजविली जाते?

अ] कडक होणे

B] सामान्यीकरण आणि टेम्परिंग

क] एनीलिंग

डी] टेम्परिंग

187] पृष्ठभाग कडक होण्याची प्रक्रिया कोणती आहे?

अ] सिमेंटाइड

ब] फेराइट

C] नायट्राइडिंग

डी] टेम्परिंग

188] कडक होत असताना 10 मिमी जाडीच्या धातूच्या तुकड्याला भिजवण्याच्या क्षेत्रात साधारणपणे किती वेळ दिला जातो?

अ] ५ मिनिटे

B] 10 मिनिटे

C] 15 मिनिटे

डी] 20 मिनिटे

189] टेम्परिंग प्रक्रिया करताना धातूच्या तुकड्याला 250 डिग्री सेल्सिअस तापमानात गरम केल्यावर त्याचा रंग काय असतो?

अ] निळा

ब] तपकिरी

C] जांभळा

ड] फिकट

190] पोलादाला टेम्परिंग करण्याचा उद्‌देश काय आहे?

अ] ठिसूळपणा कमी करण्यासाठी
ब] लवचिकता काढून टाकण्यासाठी
क] कडकपणा वाढवण्यासाठी
ड] ठिसूळपणा वाढवण्यासाठी

15

Profit and Loss MCQ
नफा आणि तोटा MCQ

Scan for Theory Videos

191] सूट म्हणजे काय?

A] विक्री किंमत किंमत किंमतीपेक्षा कमी आहे

ब] विक्री किंमत किंमत किमतीपेक्षा जास्त आहे

C] उत्पादनाच्या विक्री किंमतीला दिलेली कपात

डी] विक्री किंमत + सवलत

192] नफा म्हणजे काय?

A] विक्री किंमत - किंमत किंमत

B] किंमत किंमत - विक्री किंमत

C] विक्री किंमत + किंमत किंमत

D] किंमत किंमत + विक्री किंमत

193] एखादा लेख विकत घेतल्यास त्याला काय शब्द म्हणतात?

अ] विक्री किंमत

ब] किंमत किंमत

C] समास किंमत

D] सूट किंमत

194] SP चे विस्तारित रूप काय आहे?

अ] निवडलेली किंमत

ब] विशेष किंमत

C] विक्री किंमत

डी] सुपर किंमत

195] नफा आणि तोटा विधानाचे संक्षिप्त रूप कोणते?

अ] पी आणि एल

B] PR आणि LS

C] PRO आणि LOS

D] L & P

196] I' म्हणून काय दर्शवले जाते?

अ] प्राचार्य

ब] व्याज

क] दर

ड] वर्ष

197] साध्या व्याज गणनेमध्ये 'प्रिन्सिपल' कसे दर्शविले जाते?

A] 'P'

ब] 'I'

C] 'R'

D] 'n'

200] साध्या व्याज गणनेमध्ये वर्षे कशी दर्शविली जातात?

अ] पी

ब] मी

क] एन

ड] आर

201] नफा/नफा कसा व्यक्त केला जातो?

अ] ₹

ब] $

क] %

डी] *

206] आय-फोनची किंमत रु.50000/- आणि विक्री किंमत रु.70000/- असल्यास नफ्याची रक्कम किती आहे?

अ] रु. 2000/-

ब] रु. 10000/-

क] रु. 20000/-

ड] रु. ५००००/-

207] रु. 1150/- मध्ये विकत घेतलेल्या कॉम्प्युटर टेबलसाठी 5% नफा वाहतूक शुल्क म्हणून रु. 50/- असल्यास विक्री किंमत किती आहे?

A] 1160

ब] १६२०

C] 1060

डी] १२६०

₹ 72 च्या नफ्यासह उत्पादन ₹ 572 ला विकल्यास किंमत किंमत किती आहे ?

अ] ₹ ५००

ब] ₹ 1000

क] ₹ ६४४

ड] ₹ ४७२

209] 16 बोल्टची किंमत 12 बोल्टच्या विक्री किंमतीच्या बरोबरीने असल्यास नफा % किती आहे?

अ] १३.३३

ब] २३.३३

क] ३३.३३

डी] ४३.३३

210] किंमत 7282/- रुपये 208 च्या नफ्यासह असल्यास विक्री किंमत किती आहे?

A] रु.7074

ब] रु.7698

क] रु. ७२९०

ड] रु.7490

211] जर मुद्दल रु. 12000/- रु. 15600/- झाले तर किती व्याज मिळते? अ] रु. २६००

ब] रु. ३६००

क] रु. ४६००

ड] रु. ५६००

212] जर मॅच्युरिटी रु. 25000/- आणि मिळालेले व्याज रु. 6000/- असेल तर जमा केलेली मूळ रक्कम किती आहे?

अ] रु. ३१०००/-

ब] रु. १९०००/-

C] रु. २००००/-

D] रु. २५०००/-

213] जर मुद्दल रु. 12500/- ची परिपक्वता रु. 17500/- इतकी झाली तर किती व्याज मिळते?

अ] रु.३००००

ब] रु.25000

C] रु. 5000

ड] रु. ५५००

214] रु. 5000/- च्या ठेवीसाठी परिपक्व झालेली रक्कम आणि रु. 500/- साठी मिळणारे साधे व्याज काय आहे?

अ] रु. ४५००

ब] रु. ५५००

क] ६००० रु

ड] रु. ६५००

215] 1 वर्षाच्या कालावधीसाठी रु. 100000 च्या मूळ रकमेसाठी वार्षिक 10% दराने साधे व्याज किती आहे?

अ] रु. १०००/-

ब] रु. ५०००/-

C] रु. ५००००/-

ड] रु. १००००/-

216] 2 वर्षांच्या कालावधीसाठी वार्षिक 10% दराने रु.80000/- कर्जाच्या रकमेसाठी चक्रवाढ वार्षिक व्याज काय आहे?

A] रु. १६८००/-

ब] रु. ९२४००/-

C] रु. ९६८००/-

D] रु. ९४८००/-

217] जर रु.30000/- चे मुद्दल आणि वार्षिक 7% व्याज रु.4347 असेल तर चक्रवाढ रक्कम काय आहे?

A] रु.३०३४७/-

ब] रु. ३२३४७/-

C] रु. ३३३४७/-

ड] रु. ३४३४७/-

218] रु. 20000/- च्या मुद्दलावर 2 वर्षांसाठी वार्षिक 5% दराने साधे आणि चक्रवाढ व्याजाच्या रकमेत काय फरक आहे?

A] रु.5

ब] रु.25

क] रु.50

ड] रु.55

219] रुपये 20000 2 वर्षांसाठी 5% चक्रवाढ व्याजाने जमा केल्यास परिपक्वता रक्कम किती आहे?

A] रु. 22000

ब] रु.22050

C] रु. 22500

D] रु. २५०००

220] 25000/- च्या मुद्दलावर 3 वर्षांनंतर 12% वार्षिक दराने चक्रवाढ व्याज किती आहे?

अ] रु. 9000

ब] रु.9720

C] रु. १०१२३.२०

ड] रु. १०४८३.२०

221] संदर्भ सारणीसाठी वापरलेली दुसरी संज्ञा कोणती आहे?

एक शब्दकोश

ब] चरित्र

क] ग्रंथसूची

D] माहिती तक्ता

222] यंत्र अभियंता कोणत्या हाताच्या पुस्तकाचा संदर्भ देतात?

अ] पॅरी चेओरीकल

B] CRC

C] मार्क मानक

D] ऑक्सफर्ड शब्दकोश

223] हँड बुक म्हणजे काय?

अ] विविध कामांचे मॉडेल बुक

B] संदर्भ कार्याचा प्रकार किंवा इतर सूचनांचा संग्रह

C] नवीनतम कामांचे डिझाइन बुक

D] साहित्याचा शब्दकोश

224] अंदाजासाठी दरांचे कोणते मानक वेळापत्रक विचारात घ्यावे?

अ] मागील वर्षाच्या दरांचे मानक वेळापत्रक

ब] गेल्या 10 वर्षांच्या सरासरी दरांचे मानक वेळापत्रक

C] गेल्या ५ वर्षांच्या सरासरी दरांचे मानक वेळापत्रक

D] चालू वर्षाच्या दरांचे मानक वेळापत्रक

225] ओव्हर एस्टीमेट म्हणजे काय?

अ] जेव्हा अंदाज वास्तविक अंदाजापेक्षा ओलांडला जातो

ब] जेव्हा एखादा अंदाज वास्तविक अंदाजापेक्षा कमी असतो

C] जेव्हा एखादा अंदाज वास्तविक अंदाजाशी पूर्णपणे जुळतो

ड] अंदाजानुसार कोणतेही काम सुरू झाले नाही

226] कमी अंदाज म्हणजे काय?

अ] अंदाजानुसार कोणतेही काम सुरु झाले नाही

ब] अंदाज प्रत्यक्षाशी पूर्णपणे जुळतो

C] एक अंदाज वास्तविक अंदाजापेक्षा कमी आहे

D] अंदाज वास्तविक अंदाजापेक्षा जास्त आहे

227] एखाद्या विशिष्ट कामावर किंवा प्रक्रियेवरील विविध प्रमाण आणि खर्च मोजण्याच्या पद्धतीसाठी कोणता शब्द वापरला जातो?

अ] अंदाज

ब] रेखाचित्र

C] तपशील

D] योजना

228] तपशीलवार अंदाज तयार करताना मुख्य घटक कोणता विचारात घ्यावा?

अ] साहित्याचा आकार

B] साहित्याचा ब्रँड

C] सामग्रीचे प्रमाण, उपलब्धता आणि वाहतूक

D] साहित्याचे स्थान

229] कोणते प्राधिकरण दरांचे वेळापत्रक प्रकाशित करते?

अ] व्यक्ती

ब] कॉर्पोरेट

C] भागीदारी फर्म

D] सरकारी विभाग

230] पुस्तिकेचे नाव काय आहे, विविध संज्ञांचे दर सूचित केले आहेत?

अ] किंमत बँक

ब] किमतीचा समूह

C] किंमत टॅग

D] किंमत कॅटलॉग

231] साहित्य, ब्रँडचे नाव, दर्जाचा दर्जा, करंट आणि व्होल्टेजचे रेटिंग इत्यादी तपशीलांसाठी संज्ञा काय आहे?

अ] रेखाचित्र

B] सामग्रीचे तपशील

क] कच्चा माल

D] किंमत कॅटलॉग

232] अभियांत्रिकी रेखांकनाचा उपयोग काय आहे?

अ] साहित्याचा अंदाज आणि कामाच्या अंमलबजावणीसाठी

ब] रंगीत दिसण्यासाठी

C] खर्च कमी करण्यासाठी

D] खर्च वाढवण्यासाठी

233] अभियांत्रिकी कार्यांमध्ये पॉकेट संदर्भाची दुसरी संज्ञा काय आहे?

अ] हाताचे साधन

ब] हातातील पुस्तक

क] चांगले पुस्तक

ड] नवीन पुस्तक

234] कोणता कामाच्या अंदाजाशी संबंधित आहे?

अ] साहित्याचे बिल

ब] पॅकिंग

C] माहिती सारणी

ड] हाताचे पुस्तक

235] एकूण खर्च किती आहे?

अ] कच्च्या मालाची किंमत फक्त

B] फक्त मशीनिंग खर्च

क] कच्च्या मालाची किंमत आणि मशीनिंग खर्च

D] फक्त जाहिरात खर्च

236] अंदाजे खर्च कोण तयार करतो?

अ] ऑपरेटर

ब] गुणवत्ता निरीक्षक

क] अनुमानक

ड] मसुदा माणूस

237] मशीनिंग अंदाजपत्रकात कोणता समावेश आहे?

अ] वाहतूक खर्च

B] जाहिरात खर्च

क] कच्च्या मालाची किंमत

ड] कर

238] अंदाजात वापरल्या जाणाऱ्या ॲल्युमिनियम वायरचा किमान परवानगीयोग्य आकार किती आहे?

A] 1.5 चौ.मी

ब] 2.5 चौ.मी

C] 5 चौ.मि.मी

D] 3.5 चौ.मी

239] साडेतीन कोर केबलसाठी कंडक्टरचे (U/G केबल) किमान परवानगीयोग्य क्षेत्र किती आहे? A] 25 चौ.मी

B] 50 चौ.मी

C] 5 चौ.मि.मी

D] 100 चौ.मी

240] सर्वात विश्वासार्ह अंदाज कोणता आहे?

अ] प्राथमिक अंदाज

B] प्लिंथ क्षेत्र अंदाज

C] घन दर अंदाज

डी] तपशीलवार अंदाज

241] कोणत्याही नवीन इन्स्टॉलेशनवर वायरिंग पूर्ण झाल्यावर कोणते IE नियम पडताळले जावेत?

अ] IE नियम, 1956

B] IE नियम, 1960

C] IE नियम, 1961

डी] IE नियम, 1967

242] कामाच्या आयटमसाठी तपशीलवार तपशील काय वर्णन करतात?

अ] गुणवत्ता, प्रमाण, कारागिरी, अंमलबजावणीची पद्धत

ब] रंग

C] कर, वाहतूक, ओव्हरहेड खर्च

D] देखभाल, साठा, खर्च

243] कास्ट आयर्नमधील कोणत्या अशुद्धतेमुळे ते कठीण आणि ठिसूळ होते?

अ] सिलिकॉन

ब] सल्फर

C] मँगनीज

D] फॉस्फरस

244] 132KV लाईन्ससाठी कोणती केबल्स वापरली जातात?

अ] उच्च ताण

ब] सुपर टेंशन

C] अतिरिक्त उच्च ताण

D] अतिरिक्त सुपर व्होल्टेज

245] सामान्य तपशीलाव्यतिरिक्त कोणते तपशील आहे?

अ] संक्षिप्त तपशील

ब] मोठ्या प्रमाणात तपशील

C] तपशीलवार तपशील

D] मुख्य तपशील

246] चांगल्या इमारतीच्या दगडाने किती टक्के पाणी शोषले?

अ] १०% पेक्षा कमी

B] २०% पेक्षा कमी

C] ८% पेक्षा कमी

D] ५% पेक्षा कमी

247] रबराची सापेक्ष परवानगी काय आहे?

अ] २ ते ३ दरम्यान

B] ५ ते ६ दरम्यान

C] 8 ते 10 दरम्यान

D] १२ ते १४ दरम्यान

248] लोखंडी बॉलचे वजन 250 cc आणि घनता 7.5 gm/cc असते?

A] 1750 ग्रॅम

ब] 1875 ग्रॅम

C] 1975 ग्रॅम

डी] 1785 ग्रॅम

249] 250cm X 20cm X 8cm (कास्ट आयर्नची घनता 7.8 gm/cm³ आहे) किमतीच्या लोखंडाच्या आयताकृती ब्लॉकचे वजन किती आहे?

A] 312 किलो

ब] ३७२ किलो

C] 410 किलो

डी] 525 किलो

250] प्लेटमधील 8 ड्रिल केलेले भोक व्यास 10 मिमी आणि M6 टॅपचे 4 क्रमांकाचे घटक बनवण्यासाठी एकूण अंदाजे खर्च किती आहे, जर प्रत्येक ड्रिल केलेल्या छिद्रांसाठी रु. 8/- आणि प्रति ड्रिल आणि टॅप रु. 12 असेल?

अ] रु. १०२

ब] रु. 100

क] रु.112

ड] रु.110

251] 100 X 80 X 60 मिमी आकाराच्या आयताकृती ब्लॉकच्या मिलिंग खर्चाचा अंदाज काय आहे, जर मिलिंगची किंमत रु.2/चौरस सेमी असेल?

अ] रु. ६५२/-

ब] रु. ७५२/-

C] रु. ५७२/-

D] रु. ९६०/-

252] 50W रेटिंगचे 2 ट्यूबलाइट, 80W रेटिंगचे 2 पंखे, 60W रेटिंगचे 2 प्रकाश बिंदू, 60W रेटिंगचे एक पंखे पॉइंट आणि 100W रेटिंगचे एक 3 पिन सॉकेट असल्यास खोलीत एकूण वॅटेज किती आहे?

अ] ३४० प

B] 440 W

C] 540 W

डी] ६४० प

253] एका इलेक्ट्रिशियन आणि एका हेल्परने 2 दिवसात पूर्ण केलेल्या वायरिंगच्या कामासाठी एकूण श्रम शुल्क किती आहे .

अ] रु. 2000

ब] रु. 2400

क] रु. 3000

ड] रु. 1400

254] छतासह वर्ग खोलीच्या पेंटिंगची एकूण किंमत किती आहे, जर लांबीचा आकार 6m, रुंदी 5m आणि उंची 4m असेल. (चित्रकला + श्रम खर्च रु. 150/- प्रति चौ.मी.)

A] रु. १५०००/-

ब] रु. १६७००/-

C] रु. १७७००/-

D] रु. १८७००/-

255] 10 वैयक्तिक संगणक प्रणाली एकत्र करण्यासाठी एकूण खर्च किती आहे, एका प्रणालीसाठी दिलेल्या स्पेअर्सची किंमत] 1 TB हार्ड डिस्क रु. 4500/-, इंटेल i3 मदर बोर्ड रु. 7000/-, SMPS रु. 2500/-, मॉनिटर रु.6000/-, कीबोर्ड रु.1000/-, इतर साहित्याची किंमत (स्विच, USB, केबल्स इ.,) रु.6500/-?

अ] रु.२७५०००/-

ब] रु.२५००००/-

C] रु. 225000/-

D] रु. २६५०००/-

256] 3000 चौ.फूट क्षेत्रफळाच्या घराच्या बांधकामाची एकूण किंमत किती आहे? (बांधकामाची किंमत रु.2000/- प्रति चौ.फूट साहित्य आणि मजुरांसह)?

A] रु. 30,000,000

ब] रु.60,00,000

C] रु. 6,00,000

ड] रु. 6,000,000

257] महाविद्यालयात बसवलेल्या वातानुकूलित यंत्रांची एकूण किंमत किती आहे, 40 वर्ग खोली-प्रत्येकी 1 वातानुकूलित, संगणक प्रयोगशाळा 5 वातानुकूलित यंत्रे आणि कॉन्फरन्स हॉल 5 वातानुकूलित यंत्रे (एका एअर कंडिशनरची किंमत रु. 30000/-) स्थापनेसह)?

A] रु. 10 लाख

ब] रु. 20 लाख

क] रु. 12 लाख

ड] रु. 15 लाख

उत्तरे

1]अ; २]ब; ३]C; 4]अ; 5]डी; ६]अ; 7]ब; 8]ब; 9]डी; 10]ब; 11]C; 12]C; 13]ब; 14]ब; 15]C; 16]डी; 17]C; 18]अ; 19]C; 20]C; 21]अ; 22]ब; 23]डी; 24]ब; २५]अ; 26]अ; 27]C; 28]C; 29]ब; ३०]अ; ३१]C; ३२]अ; ३३]डी; ३४]अ; 35]C; 36]अ; 37]C; 38]ब; 39]ब; 40]C; ४१]डी; 42]ब; 43]डी; 44]ब; ४५]ब; ४६]अ; 47]C; 48]C; 49]ब; ५०]अ; ५१]C; ५२]C; ५३]C; 54]अ; ५५]C; 56]ब; 57]अ; ५८]ब; ५९]C; ६०]ब; ६१]ब; ६२]अ; ६३]अ; ६४]अ; ६५]ब; 66]C; 67]डी; ६८]ब; 69]C; ७०]अ; 71]ब; 72]डी; 73]C; 74]अ; 75]अ; 76]डी; 77]अ; 78]C; ७९]डी; 80]C; 81]अ; 82]ब; 83]डी; 84]ब; ८५]अ; 86]डी; 87]ब; 88]डी; ८९]अ; 90]ब; 91]C; 92]ब; 93]ब; 94]अ; 95]अ; 96]ब; 97]ब; 98]अ; 99]अ; 100]C; 101]ब; 102]C; 103]ब; 104]ब; 105]ब; 106]C; 107]अ;

108]ब; 109]C; 110]डी; 111]डी; 112]C; 113]अ; 114]ब; 115]ब; 116]C; 117]अ; 118]ब; 119]ब; 120]ब; 121]डी; 122]अ; 123]अ; 124]C; 125]डी; 126]अ; 127]ब; 128]अ; 129]C; 130]अ; 131]अ; 132]C; 133]अ; 134]डी; 135]ब; 136]ब; 137]डी; 138]ब; 139]अ; 140]ब; 141]ब; 142]C; 143]C; 144]C; 145]C; 146]अ; 147]C; 148]अ; 149]डी; 150]C; 151]ब; 152]डी; १५३]अ; 154]डी; १५५]ब; १५६]अ; 157]C; 158]C; 159]C; 160]ब; 161]अ; 162]डी; 163]C; 164]C; 165]अ; 166]ब; 167]C; 168]ब; 169]डी; 170]C; 171]ब; 172]अ; 173]ब; 174]डी; 175]डी; 176]ब; 177]अ; 178]अ; 179]C; 180]ब; 181]ब; 182]ब; 183]C; 184]C; 185]ब; 186]अ; 187]C; 188]अ; 189]ब; 190]अ; 191]C; १९२]अ; 193]ब; 194]C; १९५]अ; 196]ब; 197]अ; 198]अ; 199]C; 200]C; 201]C; 202]अ; 203]ब; 204]डी; 205]डी; 206]C; 207]डी; 208]अ; 209]C; 210]डी; 211]ब; 212]ब; 213]C; 214]ब; 215]डी; 216]अ; 217]डी; 218]C; 219]ब; 220]C; 221]डी; 222]C; 223]ब; 224]डी; 225]अ; 226]C; 227]अ; 228]C; 229]डी; 230]डी; 231]ब; २३२]अ; 233]ब; २३४]अ; 235]C; 236]C; 237]C; २३८]अ; २३९]ब; 240]डी; २४१]अ; २४२]अ; 243]ब; 244]डी; 245]C; 246]डी; २४७]अ; 248]ब; २४९]अ; 250]C; 251]ब; 252]C; 253]ब; 254]C; २५५]अ; २५६]ब; २५७]डी; २५८]डी; २५९]ब;

www.ingramcontent.com/pod-product-compliance
Ingram Content Group UK Ltd.
Pitfield, Milton Keynes, MK11 3LW, UK
UKHW021910190726
13853UKWH00002B/605